AF517688

अभिप्राय

किशोरावस्थेतील मुलाचा कल्पनाविलास आणि अफाट विश्वास यांचा सुंदर मिलाफ असणारे पुस्तक... किशोरवयीन मुलाची वयात येतानाची, जडणघडणीच्या काळातील उत्कंठावर्धक कहाणी.

– प्लग्ड डॉट इन

आजही वाचकांच्या मनाची पकड घेणारी अठराव्या शतकातील सागरी कुतूहलाची विलक्षण गोष्ट. सागरी वाहतुकीत नवे तंत्रज्ञान आणणाऱ्या 'न्यू इंग्लंड हिरो'ची कथा.

– स्कॉलस्टिक डॉट कॉम

कुमारांची प्रतिकूल परिस्थितीतील तर्कबुद्धी, सचोटी रेखाटणारी आणि स्वयंप्रेरणेचे बाळकडू देणाऱ्या 'नॅट'ची स्फूर्तिदायी कादंबरी.

– क्लासिकल कन्व्हर्सेशन

हताश न होणारा मुलगा...

दैनिक लोकमत २९-१२-२०१९

'carry on, mr. Bowditch' या कादंबरीचा अनुवाद

आगे बढो

नौकानयनशास्त्रात मोलाची भर घालणाऱ्या दर्यावर्दीची चित्तवेधक कादंबरी

जीन ली लेथम

अनुवाद
विजय तेंडुलकर

मेहता पब्लिशिंग हाऊस

✆ +91 020-24476924 / 24460313 / Mob. No. 9545000513
Email : production@mehtapublishinghouse.com
Website : www.mehtapublishinghouse.com

CARRY ON, Mr. BOWDITCH by JEAN LEE LATHAM
© Jean Lee Latham
Translated into Marathi Language by Vijay Tendulkar

आगे बढो / अनुवादित कादंबरी

अनुवाद : विजय तेंडुलकर
Email : author@mehtapublishinghouse.com

मराठी अनुवादाचे व प्रकाशनाचे हक्क मेहता पब्लिशिंग हाऊस, पुणे.

प्रकाशक : सुनील अनिल मेहता, मेहता पब्लिशिंग हाऊस,
१९४१, सदाशिव पेठ, पुणे ३०.

मुद्रक : ट्रिनिटी ॲकॅडमी फॉर कॉर्पोरेट ट्रेनिंग लिमिटेड

मुखपृष्ठ : चंद्रमोहन कुलकर्णी

प्रकाशकाल : फेब्रुवारी, १९५८ /
मेहता पब्लिशिंग हाऊस यांची द्वितीय आवृत्ती : डिसेंबर, २०१९

किंमत : ₹ २००

P Book ISBN 9789353172664
E Book ISBN 9789353172671
E Books available on : amazonkindle Apple Books Google Play Books

---

अनुक्रमणिका

नशिबाचा खेळ

नॅट अंधारात जागा होता, चिडीचिप्प पडून होता. त्याचा थोरला भाऊ हॅब झोपी जाण्याची तो वाट पाहत होता. त्याला नक्की काही माहीत नव्हते; परंतु आपल्याला माहीत असलेला मंत्र, तो गुप्त ठेवला, कोणाला सांगितला नाही तर जास्त चांगला लाभतो असे आपले त्याला वाटत होते. खिडकीबाहेर वारा ढगांशी भिंगोऱ्या खेळत होता. पाहून पाहून डोळे दुखत होते, पापण्या जड वाटत होत्या. केव्हा मिटतील त्याचा नेम नव्हता. छे, छे! असे होऊन कसे चालले असते? जागे राहायला हवे होते; मंत्र वापरून पाहायचा होता. घरात कितीक गोष्टींची जरूर होती.

ही जरूर का होती? की घरातला ओके-ओकेपणा की मलूलपणा की ती अवकळा? नॅटच्या बाबांनी स्वतःचे जहाज गमावले म्हणून? की लढाई सुरू होती म्हणून? नॅटला कळू लागले तेव्हापासून आपली ही लढाई सुरूच होती. म्हणजे खरोखर ही चालली होती तरी केव्हापासून? नॅटने बोटे मोजली. चार वर्षे. १७७५ पासून.

पापण्या पुन्हा जडावल्या. त्याने त्या घट्ट मिटून घेतल्या– अगदी दुखेपर्यंत. आणि पुन्हा उघडल्या. आता तरी हॅब झोपला होता की नाही? नॅट पुटपुटला, "हॅब?"

हॅब चाळवत कुरकुरला, "तू का जागा राहिला आहेस अजून?"

"मी? सालेमबद्दल मी विचार करतोय."

"हॅः!" हॅबने केले. "तुला कसलं सालेम आठवणार! आपण तिथून हललो त्याला झाली चांगली चार वर्षं. झोप बाबा, झोप."

डोळे जोरजोराने चोळून नॅटने पुन्हा खिडकीबाहेर टक लावली. चार वर्षे... तेव्हाच लढाई सुरू झाली, नॅटच्या बाबांनी जहाज गमावले, सालेमहून सर्वांना निघावे लागले. नॅट तेव्हा किती वर्षांचा होता? सहातून चार गेले म्हणजे दोन उरले. नॅट तेव्हा दोन वर्षांचा होता. नॅटला वाटले, प्रत्येकजण तेव्हा केवढा होता ते मोजून पाहावे. म्हणजे जागे राहायला तेवढीच मदत होईल. मेरी होती तेरा उणे चार म्हणजे नऊ वर्षांची. हॅब अकरा उणे चार म्हणजे सात वर्षांचा. लिझा आठ उणे चार म्हणजे चार वर्षांची. विल्यम तीन उणे चार म्हणजे-म्हणजे तो मुळी नव्हताच!

"काय रे, खिदळायला काय झालं एवढं?" हॅबने ताडदिशी उठत विचारले.

"काही नाही रे" नॅट म्हणाला. "सालेमहून आपण निघालो ना, तेव्हा आपला विल्यम तीन उणे चार वर्षांचा होता! त्याबद्दल..."

"तू अन् तुझी ती आकडेमोड! हे बघ नॅट, लक्षात ठेव, सकाळी लवकर उठायचंय आपल्याला. सालेमला परत जाण्यासाठी आपल्याला मदत करायला मिस्टर बेकर पहाटे उजाडण्याआत यायचेत. आता पड आडवा आणि झोप बघू!"

नॅट ताठ बसला. त्याने गुडघ्यांवर गाल टेकवला. "हॅब," तो म्हणाला, "माझ्या एका प्रश्नाचं उत्तर देशील?"

"काय? काय विचारतोस? विचार."

"मला एक मंत्र कळलाय. प्रतिपदेचा चंद्र दिसल्याबरोबर खिशात चांदीचे पैसे खुळखुळ वाजवले तर लाभ होतो, ही गोष्ट खरी का?"

"हो; पण त्यासाठी चांदीचे पैसे हवेत ना."

नॅटला जवळच्या शिलिंग नाण्याची आठवण झाली. त्याला ते सापडले होते. गुडघे पोटाशी आवळून तो स्वतःशीच खुदकन हसला.

आणि यानंतर त्याने ऐकले ते हॅबचे शब्द : "अरे, ऊठ ए झोपाळू!" त्याने डोळे उघडले. चांगली सकाळ झाली होती आणि मग 'मंत्रा'चे काय? तो राहिलाच! त्याच्या पोटात खड्डा पडला.

बिछान्याशी हॅब उभा होता. त्याचे काळे काळे केस ओले, नुकतेच विंचरलेले दिसत होते. त्याच्या रुंद चेहऱ्यावर वडिलांसारखे स्मित खेळत होते. नॅटच्या अंगावरचे पांघरुण त्याने दूर खेचले.

जिन्याच्या उंच उंच पायऱ्या चढून, नॅटचे बाबा उतरत्या छपराशी ओणवे होऊन वर आले आणि हॅबला हाताने वेढून नॅटकडे पाहत हसत उभे राहिले. ते म्हणाले, "अरे हॅब, बरं झालं, तुला याची आठवण झाली! हे पिल्लू एवढं लहान आहे की, आपल्याला हे एरवी गवसलंही नसतं. आपण आपले याला बाडबिस्तऱ्यात गुंडाळून खुशाल निघालो असतो आणि मग सालेमला पोहोचेस्तवर

याचा पत्ताच लागला नसता!''

यावर नॅट त्या दोघांबरोबर हसला; पण मनातून त्याला हसावेसे वाटत नव्हते. तो कसाबसा अंथरुणाबाहेर आला. अंगावरचे चुरगळलेले कपडे नेटके करीत खाली पळाला. त्याच्यासाठी कांजी तयार होती. तो म्हणाला, ''मला भूक नाही.''

आजीने आपल्या कोंज्या, काळ्या डोळ्यांनी चश्म्याच्या भिंगांवरून त्याच्याकडे न्याहाळून पाहिले. ती म्हणाली, ''भूक नाही? ते काही नाही, मुकाट्याने अंग धुऊन गिळायला येऊन बैस! चांगलं, शिजलेलं अन्न उकिरड्यावर फेकून देणं बरं नाही आणि मी काही कांजीचं तेवढंच वाडगं हातातून सालेमपर्यंत न्यायची नाही!''

आईने हसून आजीला म्हटले, ''खाईल तो. तोवर सामान लादण्याचं काम कुठवर आलंय ते पाहू या आपण.''

आजीलाही हे पटले. ''चल, चल.'' ती लगबग करीत म्हणाली. ''नाहीतर हे बाप्पे सगळा सावळा गोंधळ करून ठेवतील.''

दोघी निघून गेल्यावर नॅटने टेबलाशी बसून कांजी संपवण्याचा प्रयत्न केला; परंतु त्याला घास गिळवत नव्हता. सॅमीच्या झोळीशी कोपऱ्यात छोटा विल्यम एकटाच जीव रमवीत होता; तिकडे तो ते भांडे घेऊन गेला. या दोघांना ही कांजी भरवावी म्हणजे ती फुकट जाणार नाही असा बेत त्याने केला.

तो भांडे खरवडत होता आणि चोच वासलेल्या पक्ष्याच्या पिल्लासारखा सॅमी तोंड उघडून जवळ उभा होता; तोच लिझा आली.

''अय्या, नॅट!'' ती चीत्कारली. ''अरे तू कांजी खाल्ली नाहीस असं आज्जीला कळलं तर मारील की ती!''

नॅटच्या मुद्रेवर स्मित आले. तो म्हणाला, ''पण तू काही हे आजीला सांगायची नाहीस. दुसऱ्या कुणापेक्षा तुला गुपित फार चांगलं ठेवता येतं.''

''मला ठेवायलाच हवं तुझं गुपित.'' लिझा म्हणाली. ''एक दिवस तू माझ्याहून मोठ्ठा होशील.'' आणि ती खुदुखुदु हसू लागली.

नॅट लिझापाशी जाऊन उभा राहिला. ती होती फक्त आठ वर्षे वयाची– पण त्या मानाने बरीच उंच होती. नॅटने विचारले, ''तुला खरंच वाटतं का गं? की, मी तुझ्याहून मोठा होईन?''

''तर रे! एक दिवस मला म्हणशील, लिझा, तुझं डोकं जरा इकडं कर. मला कोपर ठेवायला काहीतरी हवंय.''

नॅटने आपली चिमुकली छाती पुढे काढली. हात खिशात खुपसले. खिशात चिंधीत बांधलेले काहीतरी त्याच्या हाती लागले. शिलिंग! त्याला मिळालेला! तो म्हणाला, ''लिझा, इकडे बघ. आपण सालेमला पोहोचू ना, तेव्हा मी तुला

खरोखरीच एक गुपित सांगेन. साऱ्या जगात असलं दुसरं गुपित नसेल.''

संध्याकाळी मिस्टर बेकरच्या गाड्या नदी ओलांडून सालेममध्ये शिरल्या. टर्नर लेनमध्ये वळल्या. आजी म्हणाली, ''पोरांनो, ते तिकडचं घर पाहिलंत? पाण्याजवळचं? तुमचे खापर पणजोबा कॅप्टन टर्नर यांनी बांधलंय ते. सालेममध्ये असलं दुसरं घर नाही. सात चांद्या आहेत त्याला.''

त्या सात चांद्यांच्या घरापुढे येण्याआधी त्यांची गाडी एका जुनाट, छोट्या खोपटापुढे उभी राहिली. भोवती रान वाढले होते. सामान उतरवण्यास मि. बेकर नॅटच्या बाबांना मदत करू लागले.

लिझा आणि नॅटने सॅमीची झोळी घरात नेली. आईने सॅमीला त्यात ठेवले. सरळ होत ती हसत हसत म्हणाली, ''शेकोटीची जागा तरी पाहा; केवढी प्रशस्त आणि सोयीची आहे ती!''

''सोयीची!'' आजीने नाक उडवले. ''ऊब जाईल वर निघून आणि वरचा वारा येईल खाली! हीच ना सोय? आणि मेली असल्या शेकोटीत थंडीत लाकडं सारतानाच बहुतेक हयात जायची!'' तिने नॅटकडे पाहिले. चश्म्यावरून पाहिले. म्हणाली, ''जळण आणण्याइतका मोठा झाला आहेस रे तू आता.''

लिझा म्हणाली, ''आजी, मी त्याला मदत करीन!''

''नको!'' आजीने दटावले. ''काही नको. ते बाप्याचं काम. तुला कशाला हवं ते? हं! नॅट, जा बाबा आणि हो, उगीच हुज्जत नको घालूस जाशील तिथं. नीट वाग, विचार. जा.''

नॅटने टोपले घेतले आणि तो टर्नर लेनवरून सात चांद्यांच्या त्या मोठ्या, उदास घरापाशी गेला. त्याने विचारले, ''आम्हाला थोडंसं जळण हातउसनं मिळेल का?''

नोकराणीने टोपलीभर कोळसा त्याला दिला. ती म्हणाली, ''तू तर एवढासा पिटुकला. तू कसा नेशील हा न सांडता, लवंडता?''

''बघा नेतो की नाही.'' नॅटने आश्वासन दिले, तरी पण ते सोपे नव्हते. वाटेत हात बावखडापासून सुटे व्हायची वेळ येईल असे त्याचे त्यालाच वाटत होते.

परंतु जळणासह तो कसाबसा घरी तर पोहोचला. आई वाटच पाहत होती. तिने ते जळण शेकोटीत सारले. फुलवले. शेकोटी धगधगू लागली. आपल्या लाल लाल जिभा दाखवू लागली.

नॅट भारावलेली बावखडे विसरला आणि हे पाहत पाहिला.

हात झाडीत तो म्हणाला, ''आई गं, आणखी काय काम करू मी?''

आई म्हणाली, ''अंगणातलं तण उपटायला लिझाला मदत कर. ते तण

वाढलं नसतं तर फुलांना बहर आला असता नुसता!''

लिझा अंगणात होती. तिने विचारले, ''नॅट, तू गुपित म्हणालास ते काय आहे रे?''

त्याने तिला आपल्याला शिलिंग सापडल्याचे सांगितले. आपल्याला कळलेला 'मंत्र'ही त्याने तिला सांगितला. ''असा मंत्र साऱ्या जगात दुसरा नाही.'' तो म्हणाला. ''पण मला आज रात्रीच तो वापरला पाहिजे. कालची रात्र तशी गेली.''

''आणि आज इथल्या खिडकीवाटे तुला चंद्र दिसला नाही तर?''

नॅटने मान हलवली. ''तसं झालं तर फार वाईट होईल. हॅब झोपी जाईपर्यंत वाट पाहून काळोखात मला जिना उतरून, कशाला न अडखळता, काही न पाडता इथे अंगणात यावं लागेल.''

लिझाचे डोळे विस्फारले. ''एकट्यानेच? तुला भीती नाही वाटणार?''

''थोडीशी वाटेल,'' नॅट म्हणाला. ''पण आज हे केलंच पाहिजे. आपलं नशीब बदललं पाहिजे. आजी आईशी बोलताना ऐकलंय मी. ती हल्ली फार काळजीत असते. दिवस बदलले नाहीत तर काय होईल सांगवत नाही, असं ती म्हणत होती.''

लिझा शहारली.

नॅट घाईने पुढे म्हणाला, ''दिवस बदलतील, लिझा. माझा मंत्र मला वापरू दे आणि मग पाहा!''

त्या दिवशी संध्याकाळची जेवणे होतात तोच वारा वाढला. पाऊस सुरू झाला. शेकोटीच्या रुंद धुराड्यावाटे तो शेकोटीत ठिबकू लागला.

नॅटचे बाबा म्हणाले, ''ईशान्य वारे आले. आता निदान तीन दिवस तरी हवा बिघडलेली राहणार.''

लिझा कळवळून म्हणाली, ''नाही नाही! पाऊस थांबला नाही तर...'' तिने जीभ चावली. गुपिते राखायची तिला सवय होती. नॅट आणि ती, दोघे खिडकीशी गेली. अंगणात पाऊस ओतत असलेला पाहत राहिली. लिझा पुटपुटली, ''नॅट, आता चंद्र रे कुठला? आता काय करायचं?''

नॅटने ओठ चावला. काल झोप लागली नसती तर! आता पुन्हा महिनाभर वाट पाहावी लागणार होती. मंत्र वापरण्यासाठी पुढल्या प्रतिपदेपर्यंत थांबावे लागणार होते; परंतु लिझाला घाबरवण्यात अर्थ नव्हता. नॅटचे वडील नेहमी म्हणत, पुरुषांनी बायकांना जपलं पाहिजे.

तो लिझाला म्हणाला, ''मला सुचेल काहीतरी. काही ना काही सुचेलच. तू काळजी करू नकोस.''

त्याला वाटत होते, खरोखर काहीतरी सुचावे.

प्रायव्हेटिअर

त्या दिवशी प्रथमच ऊन पडले. नॅट न्याहारीसाठी खाली आला. 'मंत्रा'बाबत काय करायचे ते अद्याप त्याच्या मनात ठरत नव्हते, काही सुचत नव्हते.

उघड्या खिडकीवाटे बँडमधला कोंबडा आणि पडघम त्याने ऐकला. एक कोणीतरी माणूसही ओरडत होता.

नॅटचे वडील सुखावत म्हणाले,

"आणखी एका प्रायव्हेटिअरवर खलाश्यांची भरती चालू असणार."

"प्रायव्हेटिअर? म्हणजे काय बाबा?" लिझाने विचारले.

"कुठल्याही प्रकारचं जहाज." बाबांनी उत्तर दिले. मग ते स्लूप असेल किंवा स्कूनर असेल किंवा स्क्वेअर रिगरही असू शकेल. प्रायव्हेटिअरवर मालवाहतूक मात्र होत नाही. हे लढाऊ जहाज असतं. त्यावर असतात तोफा, बंदुका आणि ते असतं खासगी मालकीचं! आता समज, आपल्या एका प्रायव्हेटिअरनं समुद्रात एक ब्रिटिश जहाज हेरलं, तर ते ब्रिटिश जहाज ते काबीज करील आणि त्यावरच्या सर्व इंग्लिश खलाश्यांना कैद करण्यात येईल; त्यानंतर ते जहाज एखाद्या बंदरात नेऊन त्यावरच्या चीजवस्तूसह विकून टाकण्यात येईल."

आजी म्हणाली, "लुटारू! हे दर्यावरचे लुटारूच! चाचे!"

नॅटचे आणि लिझाचे बाबा हसून म्हणाले, "शांततेच्या काळात प्रायव्हेटिअर चाचेगिरीच करतं; पण हा आहे युद्धाचा काळ. प्रायव्हेटिअर फक्त इंग्लिश जहाजंच काबीज करून विकतं."

"किंवा स्वतः काबीज होतं. कैद होण्याचे उद्योग!" आजी नाकपुड्या फुलवून म्हणाली.

हे मनावर न घेता, नॅटचे बाबा न्याहारी संपवून जागचे उठले. म्हणाले, ''हे पाहा, मी जरा बंदरावर जाऊन येतो. पाहू तरी कसं काय चाललंय तिकडे ते.''

आजी चश्म्यावरून त्यांना न्याहाळीत म्हणाली, ''बंदरावरच्या गुत्त्यात नाही जायचं बरं का! नाहीतर जागा होशील तोच एखाद्या प्रायव्हेटिअरवर.''

नॅटच्या बाबांनी त्यांच्या आईच्या खांद्यावर हात ठेवले. ते म्हणाले, ''मुळीच घोर करू नकोस आई. मी आता पूर्वीचा नाही. मी बदललो आहे.''

आजी उसासून म्हणाली, ''देव करो आणि असंच घडो; पण हे बघ, तू आपला या नॅटला सोबत घेऊन जा. म्हणजे परत येशील असा भरवसा मला वाटेल.''

''चल रे, पोरा.''

दोघे जोडीने बंदरावर गेले. डर्बी स्ट्रीटपासूनच कोंबडा आणि पडघम मोठमोठ्याने ऐकू येऊ लागले. नॅटने एका हातात वडिलांचे बोट घट्ट धरले होते आणि दुसऱ्या हाताने खिशातला शिलिंग गच्च पकडला होता.

त्याने चालता चालता विचारले, ''बाबा, मागे तुमच्यापाशी जास्तीतजास्त होते त्याहूनही जास्त पैसे तुम्हाला मिळाले तर तुम्ही काय कराल?''

''प्रायव्हेटिअरमध्ये गुंतवीन.'' उत्तर आले. ''एखाद्या खलाश्याकडून मी 'अटकळ' खरेदी करीन.''

''अटकळ ती कशी खरेदी करायची?''

''प्रायव्हेटिअरच्या एका यात्रेत किती पैसे मिळतील याविषयी प्रत्येक खलाश्याची अटकळ असते. असं पाहा, एक ब्रिटिश जहाज एका प्रायव्हेटिअरच्या हाती लागलं की, ते विकून टाकण्यात येणार. मग त्याचे येतील त्या पैशातले निम्मे प्रायव्हेटिअरच्या मालकाला, उरलेले निम्मे कप्तान आणि खलाश्यांत वाटले जायचे. 'अटकळ' खरेदी करायची तर खलाश्याशी त्याबद्दल बोलणं करायचं. तो आपले पैसे घेतो आणि बदल्यात एक कागद लिहून देतो की, प्रवासात त्याला मिळतील त्यातले निम्मे पैसे तो आपल्याला देईल.''

''आपण त्याला देतो त्यापेक्षा त्याच्याकडून आपल्याला मिळतात ते पैसे जास्त असतात?''

''कितीतरी जास्त.''

''आणि मग तो ते का देतो? कमी पैसे घेऊन जास्त द्यायला का तयार होतो?''

वडील हसले. म्हणाले, ''तो बघ, एक खलाशी येतो आहे. त्यालाच विचार का ते.''

बसकी काळी टोपी, पट्ट्यापट्ट्यांचे अंगातले आणि घोळ असलेली तुमान

अशा वेषातला एक थोराड अंगाचा माणूस समोरून येत होता. नॅटच्या वडिलांना पाहून लांबूनच तो ओरडला, ''कॅप्टन बो-डिच्! देवासारखे भेटलात! तुमच्यासारख्याचीच आम्हाला जरूर आहे!''

''छे, छे!'' नॅटचे वडील म्हणाले, ''माझा हातगुण वाईट आहे. मला कशाला घ्याल तुम्ही तुमच्या जहाजावर?''

''हे काय बोलणं झालं?'' खलाशी गरजला. ''अँगिल्लाच्या खडकावर जहाज गमावलेले तुम्ही काही एकटेच नव्हेत! चला कप्तान, चला!''

नॅटच्या वडिलांनी पुन्हा एकवार नकारार्थी मान हलवली. ते म्हणाले, ''माझा मूळ रोजगार मी पुन्हा सुरू करणार आहे.''

काही वेळ यावर दोघांची वादावादी, चर्चा झाली. मग तो खलाशी नाराज होऊन निघून गेला. निळ्या समुद्राच्या विस्ताराकडे पाहत नॅटचे वडील किंचित्काल स्तब्ध उभे राहिले. मग जणू काहीतरी विसरण्याच्या हेतूने त्यांनी मस्तक गदगदा हलवले. नॅटकडे त्यांचे लक्ष गेले. ते किंचित हसले. ''मूळ रोजगारच बरा, होय की नाही?'' त्यांनी त्याला विचारले.

''हो, बाबा.''

''जहाजं बुडवण्यापेक्षा पिंपं बनवणं उजवं.'' ते अर्धवट स्वतःशी पुटपुटले. ''पिंपं... पिंपं...'' ते उसासले. मग म्हणाले, ''चल, नॅट, चल.''

बंदरावर गर्दी वाढली. धक्क्यापर्यंत नॅटला खांद्यावरून नेऊन वडिलांनी त्याला तेथल्या एका मोठ्या हडप्यावर उभा केला. ''तू इथे उभा राहा.'' ते म्हणाले. ''इथून सारं तुला व्यवस्थित दिसेल. मी पुढे होतो. मी परत आल्याशिवाय इथून हलू नकोस.''

नॅटने होकार भरला. त्याचे बाबा गर्दीत दिसनासे झाले. उभ्या जागेवरून, वर नॅटला डोलकाठ्या आणि नाळदांड्या उंच गेलेल्या दिसत होत्या.

जवळच्याच जहाजावर माणसे जमली होती. तोफा दिसत होत्या. नॅटने ओळखले : प्रायव्हेटिअर! खिशातला शिलिंग घट्ट धरून नॅट उभा राहिला. त्याच्या मुद्रेवर हसू फुटले.

तेवढ्यात पिकलेल्या केसांचा, काळ्या दातांचा एक भक्कम माणूस नॅट उभा होता त्या हडप्यानजीक येऊन थबकला. आपल्या ढाल्या आवाजात ओरडला, ''वा, वा! बरा सापडलास! काय रे, येतोस माझ्याबरोबर जहाजावर?''

नॅटच्या घशात आवंढा जमला. त्याने शिलिंग जास्तच घट्ट धरून ठेवला. तो आठवू लागला, काय बरे म्हणायचे असते ते? हो. अटकळ! नॅट म्हणाला, ''मला अटकळी खरेदी करायच्या आहेत.''

त्या भक्कम माणसाचे डोळे मिचमिचले. हडप्यावर एक पाय रोवून, त्यावर

आपले केसाळ हात रोवत त्याने विचारले, "काय म्हणालास? अटकळी अं? तुला रे काय माहिती प्रायव्हेटिअर्सची?"

नॅटने त्याला म्हटले, आमच्या घराण्यात दर्यावरचे कितीतरी कप्तान होऊन गेले आणि माझ्याकडे आता खूप खूप पैसे आहेत. मी अटकळी खरीदणार आहे."

आपला केसाळ जबडा किंचित्काल खाजवून त्या भक्कम माणसाने म्हटले, "खूप खूप पैसे, का?"

"हो." नॅट म्हणाला. "मागे कधीच एवढे पैसे माझ्याजवळ नव्हते! आतापर्यंत मला मिळाले ते सारे एकत्र केले तरी आता खिशात आहेत त्यापेक्षा कमी भरतील!"

तो भक्कम माणूस नॅटजवळ बसला. "बराय." तो म्हणाला, "चल, आपण व्यवहाराचं बोलू." नजीकचे प्रायव्हेटिअर दर्शवून नॅटने त्याला विचारले, "तुम्ही कशावरून, त्यावरून का निघणार आहात?"

"नाही. त्यावरून नाही." त्या भक्कम माणसाने उत्तर दिले. "मी 'पिल्ग्रिमवरून निघणार आहे. ते बीव्हर्लीच्या बंदरात आहे. इथून या पाण्यापलिकडेच बीव्हर्ली आहे."

"पिल्ग्रिम कसं आहे? चांगलं प्रायव्हेटिअर आहे?"

"उत्तम! ब्रिटिश जहाजांची त्यापुढे धडगत नसते. माझ्याकडून अटकळ खरेदी करतोस?"

नॅटची छाती एवढ्यांदा धडधडत होती की, त्याला बोलवत नव्हते. त्याने फक्त मान हलवली.

डोक्यावरची बसकी टोपी काढून त्यातून त्या खलाश्याने एक कागद शोधून काढला. तो म्हणाला, "ही एवढी एकच उरली आहे. मला त्या प्रवासात मिळतील त्यातल्या दहा टक्क्यांचा वाटा हिच्यावर मला द्यावा लागेल. हिचं काय देतोस मला?"

"जवळचे सगळे पैसे!" त्या भक्कम माणसाच्या भक्कम हातात शिलिंग टेकवून नॅट उद्‌गारला.

हातातल्या शिलिंगाकडे तो माणूस पाहातच राहिला. मग तो पुटपुटला, "माझ्यासारखा घोडा मीच! हे तुला मिळालेले जास्तीतजास्त पैसे, अं?"

"हो."

"आणि तुझ्या घराण्यात खूप कप्तान होऊन गेले ना?"

"हो."

"कोण रे तू?"

“नॅट बो-डिच्.”

“कॅप्टन बो-डिच्.चा मुलगा का तू? मला आठवतंय जेव्हा पौली मैदानावर जायचा. नेमके त्याच दिवशी युद्ध सुरू झाले होते. १९ एप्रिल १७७५ चा दिवस होता तो.”

त्याच्या आजीने त्याला सांगितले होते की, त्याच्या वडिलांमधून तीच गोष्ट बाहेर काढ. नॅटने त्या मोठ्या माणसाला त्याच्या चांगल्या नशिबाविषयी सांगितले. अर्थात तो आता कामावर जाणार होता.

त्या मोठ्या माणसाने त्याची खरखरीत दाढी खाजवली. त्याने शिलिंगकडे पाहिले आणि म्हणाला, ”ही देवाणघेवाण आहे. पण तरीही आपल्यातील ही गोष्ट गुपीतच राहू दे. टॉम पेरीने त्याच्या अपेक्षांचा दहावा भाग केवळ काही शिलिंगला विकला हे कधीही कुणालाही सांगू नकोस. ते मला गलबतावरील माल विकतील. त्यापेक्षा वाईट म्हणजे ते मला काळ्या यादीत टाकून देतील.”

तो नक्की कशाविषयी बोलत होता याचा नॅटला काही अंदाज येईना. तरीही त्याने त्याला आश्वासन दिले. “मी कुणालाही सांगणार नाही.” त्याने कागदाचा तुकडा घेतला. त्याची घडी केली आणि त्यानंतर तो त्याच्या खिशात ठेवला.

टॉम पेरी उभा राहिला. त्याने ते शिलिंग हवेत वर उडवले आणि पुन्हा हातात पकडले. आणि तो हसला. “मी आपल्या यशाबद्दल आज दारू पिणार मित्रा.” तो तसाच वेगाने निघून गेला. त्याचे भरदार खांदे गर्दीमध्ये वाट काढत चाललेले दिसत होते.

नॅट तिथेच थांबून राहिला आणि वडिलांची वाट पाहत राहिला. ते गुपीत.. तो कुणालाही सांगणार नव्हता. परंतु तो हे लिझाला नक्कीच सांगू शकणार होता. लिझाने हे गुपीत तिसऱ्या कुणालाही सांगितले नसते. त्याला हे कुणालातरी सांगावे असे मनापासून वाटत होते. त्याने हे सांगितले नसते तर त्याचा जणू स्फोट झाला असता. विचार करा. नॅट बो-डिच्. प्रायव्हेटियरमध्ये आता भागीदार होता. त्यामुळे त्याचा उर नुसता आनंदाने भरून आला होता.

नॅट आणि त्याचे वडील घरी परतले. तेव्हा लिझा बागेत काम करीत होती. त्याने तिला कागद दाखवला आणि टॉम पेरीविषयी सांगितले.

“ओह. नॅट मस्तच झालं काम. आता तुला केव्हा पैसे मिळतील?

वडील मात्र हसून म्हणाले, तो प्रायव्हेटियर किती काळाने परत येईल? ते ठामपणे सांगता येणार नाही. कदाचित काही महिन्यांत येईल कदाचित वर्षभरात कदाचित त्याहीपेक्षा अधिक.”

आजी चिडून रागाने म्हणाली, “आणि कदाचित कधीच नाही.”

“आजीच्या समुद्राविषयीच्या कल्पना काहीतरी वेगळ्याच आहेत. तू चिंता

करत नाहीयेस ना नॅट?'' लिझा म्हणाली.

नॅटने खांदे उडवले आणि म्हणाला, ''मला अजिबात चिंता नाही.'' परंतु त्याने त्या कागदाच्या तुकड्याकडे पाहिले आणि त्यालाच आश्चर्य वाटले.

पिल्ग्रिमचा निरोप

दिवसांमागोमाग दिवस उलटले. महिने सरले. टॉम पेरीची वार्ता नव्हती. शाळेला जाऊ लागण्याचे दिवस आले.

लिझा म्हणाली, "नॅट, मला शाळेला जावं लागणार नाही हे बरं आहे. वाट्सन मास्तर म्हणे भलतेच कडक आहेत. तुला शाळेला जायची भीती वाटते का रे नॅट?"

नॅट मान हलवून म्हणाला, "उंऽहूं. फारशी नाही."

पण हॅबबरोबर तो शाळेत गेला आणि वाट्सन मास्तरांचे जळजळीत डोळे त्याच्यावर रोखले गेले तेव्हा त्याचे पाय लटपटले.

मास्तरांनी तसेच पाहत विचारले, "हा लहान मुलगा का आला आहे इथं?"

हॅब म्हणाला, "मास्तर, तो वयाच्या मानाने दिसतो लहान; पण डॅन्व्हर्समध्ये दोन वर्षं शाळेत जात होता."

मास्तरांनी नाकपुड्या फेंदारल्या. डोळे ताणून नॅटकडे पाहत ते गुरगुरले. "बैस तिकडे त्या मुलांबरोबर बाकावर आणि मुकाट्याने बैस!"

"हो, मास्तर." नॅट एका जागी जाऊन बसला.

तासन्तास, बराच वेळ तसा बसून तो वर्गात लक्ष देऊन पाहत होता. पुन्हा दुपारी हॅबबरोबर तो शाळेत आला आणि सकाळसारखाच मुकाट्याने बसला. त्याला वाटत होते, वाट्सन मास्तर विचारतात त्यातल्या एका तरी प्रश्नाचे उत्तर आपल्याला यावे. ते आपण द्यावे. म्हणजे मास्तर आपण फार लहान, फार क्षुद्र असल्यासारखे आपल्याकडे पाहतात तसे पाहणार नाहीत.

त्याला उत्तर माहीत होते; परंतु त्याने हात वर करण्याआधी पाळी पुढे गेली.

असे त्या दिवशी तीनदा घडले. दर वेळी दुसरे कोणीतरी उत्तर देई.

आता जवळजवळ शाळा सुटण्याची वेळ झालीच होती. खिडकीवाटे नॅटला बंदराच्या बाजूने पडघम आणि कोंबडा ऐकू आला. आणखी एक प्रायव्हेटिअर प्रवासाला निघणार होते. खलाश्यांची भरती चालली होती.

तितक्यात वाट्सन मास्तरांचा प्रश्न नॅटच्या कानात घुसला, "१९ एप्रिल १७७५ या दिवशी काय घडलं?"

होते- उत्तर माहीत होते- येत होते! प्रश्नाला उत्तर देण्याची संधी आता आली होती. आपण लहान नाही हे मास्तरांना पटवण्याचा क्षण हाच होता. नॅट बाकावर उभा राहिला. त्याने हात हलवला. "मी सांगतो! मी सांगतो!"

मास्तरांच्या दाट भिवया आकुंचित झाल्या. "बोल! सांग!" ते गरजले.

नॅटने दीर्घ श्वास घेतला आणि उत्तर दिले, "१९ एप्रिल १७७५ या दिवशी माझ्या बाबांचं जहाज 'पोली' अँगिल्लाच्या खडकावर आपटलं आणि–"

नॅट मध्येच थांबला, अडखळला. वाट्सन मास्तरांनी त्याचे बखोट पकडून त्याला गदगदा हलवणे चालवले होते.

यातच त्याने हॅबचे शब्द ऐकले, "मास्तर, हे खरं आहे! तो उगीच नाही सांगत."–

"शाळा सुटली!" म्हणून मास्तर म्हणाले तेवढेच नंतर नॅटला कळले.

पाय ओढीत घराकडे जाताना त्याने हॅबला विचारले, "हॅब, काय रे झालं? मी म्हणालो ते तर खरं होतं. तेच बरोबर होतं."

हॅबने म्हटले, "मास्तरांना, त्या दिवशी लेक्झिंग्टनची लढाई सुरू झाली हे हवं होतं. ते जास्त महत्त्वाचं आणि म्हणून बरोबर होतं. त्या दिवशी आणखी काय झालं त्याला महत्त्व नाही."

नॅट म्हणाला, "मला आपलं गणितच आवडतं, बघ हॅब. दोन अधिक दोन बरोबर चारच! दुसरं उत्तरच नाही. कधीही असणं शक्य नाही आणि मग दुखेपर्यंत बावखड हिसकायलाही नको कोणी."

हॅबला हे पटले; परंतु मास्तरांच्या लेखी नॅटच्या आकाराच्या मुलांसाठी गणिताचे प्रश्न नव्हते. असलेच तर अति सोपे, अगदी प्राथमिक! नॅटला तोंडीच सोडवता येत असे. फार विचार वा पाटीवर बेरीज-वजाबाक्या कराव्याच लागत नसत. त्याला वाटे, "पुढच्या वर्षी जास्त मोठे प्रश्न घालतील मला. पाटीवर सोडवण्याइतके अवघड; मग मज्जा..."

परंतु पुढचे वर्षही फारसे मजेचे गेले नाही. आता नॅटला एकट्यालाच शाळेला जावे लागत होते. कारण हॅब आता मोठा झाला होता, बारा वर्षांचा झाला होता. बाबांना तो पिंपे बनवण्यात मदत करू लागला. नशीब फिरले ते

फिरलेलेच होते.

वाट्सन मास्तरांनी वर्गातल्या मोठ्या मुलांना एखादे मोठे गणित घातले की, न राहवून नॅट हात उंचावून विचारी, "हे मी सोडवू का, मास्तर?"

"नको!" मास्तर गुरकावीत. "तू फार लहान आहेस! तुझ्यावर घालवायला वेळ नाही मला!"

एके दिवशी रात्री त्याच्या बाबांनी काही जाणून नॅटला विचारले, "काय आहे रे, पोरा?"

"मास्तर मला मोठी गणितं घालत नाहीत." नॅट गाल फुगवीत म्हणाला. "आणि ते घालतात ती इटकीमिटकी गणितं माझी तोंडीच सोडवून होतात."

"अरे पोरा," बाबा हसत म्हणाले, "अशी तक्रार करणारा तूच की रे पहिला! पाहू हं! आपण याबद्दल काय करता येतं ते."

त्यांनी मास्तरांना बोरूच्या लेखणीनं एक चिठ्ठी लिहून, त्यावर ती वाळण्यासाठी थोडी वाळू टाकली.

चिठ्ठी होती :

मास्तरसाहेब,

माझा मुलगा नॅट याला गणिताची आवड आहे. त्याला जरा कठीण गणिते सोडवायला द्याल काय? मेहरबानी होईल.

आपला नम्र,

हॅबाक्कक् बो–डिच्.

दुसऱ्या दिवशी नॅटने ही चिठ्ठी मास्तरांना दिली, तेव्हा ती वाचून त्यांनी ओठ चावला. नॅटची पाटी ओढली; पेन्सिल खेचली आणि पाटीवर पेन्सिल स्क्वीक् स्क्वीक् वाजवीत रेटून त्यांनी एका गणितानेच निम्मी पाटी भरून टाकली.

"हं! घ्या– सोडवा!" ते म्हणाले.

नॅट त्याच्या जागी धावला. त्याने गणित सोडवले. उत्तर पडताळले. त्याला खूप आनंद झाला. उत्तर बरोबर होते. गणितात त्याला हेच फार आवडे : उत्तरे दोनच! एक बरोबर उत्तर– आणि बाकी चुकीचे उत्तर. मास्तरांच्या हाती त्याने पाटी नेऊन दिली. तो म्हणाला, "मास्तर, दुसरं गणित हवंय मला."

"हे येत नाही, अं!" मास्तर गुरगुरले. "फार कठीण वाटतं? आता दुसरं नाही! उत्तर निघेपर्यंत बैस हेच सोडवीत!"

"पण मास्तर, मी हे सोडवलंय."

''उंऽ?'' मास्तरांनी खडबडून जागे झाल्यासारखे करीत पाटी न्याहाळली. गणित तपासले.

''कुणी मदत केली तुला? कुणी सोडवून दिलं?''

''कुणी नाही, मास्तर.''

टेबलावर पंजा आपटत मास्तर ओरडले,

''खोटं बोलू नकोस! खरं सांग, कुणी सोडवून दिलं हे गणित तुला?''

क्षणभर नॅट त्या उग्र चेहऱ्यामोहऱ्याच्या मास्तरांबद्दलचे भय विसरला. तोही मुठी आवळून ओरडला, ''मी खोटं बोलत नसतो!''

मास्तरांनी टेबलावरचा भक्कम रूलर उचलला. बराच वेळ ते नॅटला न्याहाळीत राहिले. तोंडातल्या तोंडात ते जळजळीत सुरात म्हणाले, ''उद्यापर्यंत खरं काय ते तू मला सांगितलं पाहिजेस! उद्या ते मला कळलं नाही तर जन्माची याद राहील असं करतो तुला!''

रात्री जेवताना नॅटला घास गिळवत नव्हता. तो आपला अचडविचड करीत बसला होता. हे पाहून आजीने म्हटले, ''नॅट, जेवणाकडे लक्ष दे.''

तरीही नॅटला जेवण गेले नाही.

जेवण झाल्यावर हॅबने विचारले, ''नॅट, काय झालं रे?''

नॅटने त्याला सारे सांगितले आणि तो म्हणाला, ''मास्तर मला गणिताबद्दलही शिक्षा करतील, ओरडतील असं वाटलं नव्हतं; पण ते ओरडले. शिक्षाही करणार आहेत.''

हॅब विचार करून बसल्या जागी ताठ होत म्हणाला, ''मी पाहीन काय ते. तू नको त्याचा विचार करू. उद्या सकाळीच करतो काय ते!''

दुसऱ्या दिवशी सकाळी नॅटसोबत तो शाळेला गेला. मास्तरांना म्हणाला, ''मास्तर, गणिताची आवड आहे आमच्या नॅटला. त्याला तो काय करणार?''

मास्तर गुरकावले, ''ते गणित त्यानं नव्हतं सोडवलं! इतक्या झटपट इतकं अवघड गणित तो एकटा सोडवू लागला तर बृहस्पतीच अवतरला म्हटलं पाहिजे.''

''पण मास्तर...''

''त्यानंच ते सोडवलं असं तू सांगू नकोस मला. मला ते पटणं शक्य नाही.''

''असं करा मास्तर,'' हॅब म्हणाला, ''त्याला एक तसलंच दुसरं गणित घाला आणि त्याच्या जवळ उभे राहूनच पाहा तो सोडवतो की नाही!''

''तेच करणार आहे मी.'' मास्तर बोलले. त्यांनी नॅटची पाटी हिसकावली. पाटीची एक बाजू भरून एक गणित लिहिले. पाटी नॅटकडे देत ते म्हणाले, ''हं,

सोडव हे गणित आता– इथं– माझ्या टेबलावरच! मी पाहतो.''

नॅट लटपटला. पाटीवरचे आकडे वेडेवाकडे नाचू लागले. तरीही कसाबसा तो ते गणित सोडवू लागला. जवळच डोळे ताणून उग्र मुद्रेचे वाट्सन मास्तर त्याच्याकडे पाहत होते. किंचित्काळातच तो मास्तरांना विसरला. भीती विसरला. तो वर्ग विसरला. तो शाळा विसरला. गणित! पाटीवरचे भले मोठे गणित! ते बरोबर सुटणार होते– तो ते सोडवणार होता. गणितात फक्त एकाच बरोबर उत्तराला जागा होती. दोन उत्तरे अशक्यच होती. भराभर आकडे बोलू लागले, वाढू लागले, गुंता सुटू लागला; पाटीची दुसरी बाजू भरली–

''मास्तर, घ्या! गणित सुटलं.''

उघड्या तोंडाने वाट्सन मास्तर उभे होते. ''मी–मला–'' ते आवंढा गिळीत पुटपुटले. ''पाहिलं तरी खरं वाटत नाही. म्हणजे विश्वास ठेवणंच कठीण आहे, नॅट.'' ते म्हणाले, ''काल मी तुला ओरडलो, त्याचं वाईट वाटतं. हात इकडे कर.''

''हो, मास्तर.'' नॅटने हात पुढे केला.

मास्तरांनी शेकहँड केला.

''आता मला आणखी एक गणित घाला.'' नॅट तत्काळ गंभीरपणे म्हणाला.

''आणखी एक!'' मास्तर चीत्कारले.

हॅब म्हणाला, ''हे बघ नॅट, मास्तर काय तुला एकट्याला का शिकवणार आहेत? अं?''

''असू दे, असू दे.'' मास्तर गडबडीने म्हणाले. ''मी देतो त्याला आणखी एक गणित. असला मुलगा प्रथमच पाहतो आहे मी. शुद्ध चमत्कार! अरे नॅट, बाबा तुला गणित येतं तितकंच लॅटिन येत असतं तर उद्या हार्वर्डमध्ये प्रवेश मिळाला असता तुला!''

त्या रात्री जेवते वेळी नॅटने विचारले, ''हार्वर्ड म्हणजे काय?''

आई-बाबा हसले. आजी म्हणाली, ''आपल्या देशातलं सर्वात जुनं कॉलेज. का रे बाबा?''

हॅबने मास्तरांची वाक्ये सांगितली.

आईने गहिवरून नॅटला उराशी कवटाळले. ''जाशील रे लवकरच,'' ती पुटपुटत होती. ''कॉलेजला जाशील, मोठा होशील...''

आजी म्हणाली, ''जहाजावर जाण्याइतका धडधाकट नाही व्हायचा तो. मोठं वादळ झालं तर यालाच बोटीवरची वजनं बांधावी लागतील! मग दुसरा विचार करावाच लागणार; पण कॉलेज हा पैशाचा खेळ.''

''लढाई संपली की सुधारेल हो परिस्थिती.'' आई म्हणाली.

लिझा तेवढी नॅटकडे एकटक पाहत होती. नॅटला कळले, त्याच्या टॉम पेरीशी झालेल्या अटकळीच्या व्यवहाराचा ती विचार करते आहे. टॉम पेरी परतल्यावर नॅटला भरपूर पैसे मिळणार होते. मग हार्वर्डला जाणे काय कठीण होते?

जेवणानंतर दोघेच उरली तेव्हा लिझाने म्हटले, ''टॉम पेरी लवकर यावा असं वाटतं बघ.''

''येईल एक दिवस.''

''पण तो तुला कसा सापडणार?''

''तो मला शोधीत येईल. माझं नाव आहे ना त्याला माहीत.''

त्या वसंतात नॅटला सात सरून आठवे वर्ष लागले.

एके दिवशी आईसाठी काही जरुरीचे औषध हवे होते म्हणून आजीने त्याला एका कागदावर ते लिहून देऊन डॉ. स्टर्न यांच्या औषधाच्या दुकानात जायला सांगितले. तिथे कागद पाहून डॉक्टर म्हणाले, ''बैस हं, औषध करीपर्यंत. हे वर्तमानपत्र वाच हवं तर.''

नॅटने वर्तमानपत्र न्याहाळले. त्याला प्रथमच दिसला शब्द : 'पिल्ग्रिम.' तो तो मजकूर, ती जाहिरात वाचू लागला.

जाहीर लिलाव
बीव्हर्ली येथे. तांब्याच्या तळाचे, वेगवान्, फ्रिजेट
घडणीचे जहाज 'मार्स'... जोसेफ रॉबिन्सन यांच्या
'पिल्ग्रिम' जहाजाने काबीज केलेले... बुधवार, दिनांक
११ रोजी १० वाजता लिलावाने विकण्यात येईल.

नॅट डॉक्टरांकडे गेला. त्याने विचारले, ''दिनांक ११ म्हणजे काय हो?''

''महिन्याची अकरा तारीख.'' डॉक्टर उत्तरले. ''लिलावाबद्दल वाचतो आहेस वाटतं 'मार्स'च्या? असला काबीज केलेल्या जहाजाचा लिलाव कधी पाहिला आहेस की नाही?''

''नाही बुवा.''

''पाहा. एक माणूस लिलाव बोलतो. जास्तीतजास्त रक्कम देऊ करील त्याला लिलावाची वस्तू मिळते. हा लिलाव मोठा जोरदार होणार! कप्तान रॉबिन्सनला घबाडच लाभले आहे 'मार्स'च्या निमित्ताने. खूप दौलत करणार तो.''

नॅट म्हणाला, ''पिल्ग्रिम जहाजावर माझ्या ओळखीचा एकजण आहे. टॉम पेरी नाव त्याचं.''

''अच्छा!'' किंचित नवलाने डॉक्टर उद्गारले. ''मग तुझ्या ओळखीच्या या

टॉम पेरीलाही भरपूर पैसे मिळणार. मी लिलावाला जाणार आहे; तेव्हा चौकशी करीन हो तुझ्या या टॉम पेरीची. हं! हे घे औषध.''

औषध घेऊन नॅट घरी धावला.

आई ते औषध घेत असताना पाहत त्याने विचारले, ''बरं वाटतंय ना गं आता?''

''हो.'' आई मंद हसून म्हणाली. ''इतकं कडू औषध नुसतं घ्यायचं म्हटलं तरी बरं वाटू लागेल माणसाला!''

नॅट लिझाकडे धावला. तिला त्याने डॉक्टरांकडची हकिगत सांगितली आणि सांगून ठेवले, ''बारा तारखेला आपण डॉक्टरांकडे जायचं. टॉम पेरीची चौकशी करून येणार आहेत ते.''

बारा तारखेला दुपारी, टॉम पेरीनं काढून दिलेला किंमतवान कागद घेऊन दोघे डॉक्टरांकडे निघाली.

वाटेत लिझाने विचारले, ''अरे नॅट, तुझ्या पैशांनी तू प्रथम काय करशील?''

''अग बाबांना नवं जहाज घेऊन देईन!'' नॅट उजळून उत्तरला. '' 'पोली'हूनही मोठ्ठं! शिवाय बाकीच्या सगळ्यांनाही काहीतरी घेऊन देईन मी.''

''आणि तुझ्यासाठी?''

''मी उरलेल्या पैशातून हार्वर्डमध्ये शिकणार!''

लिझाने आवेगाने उचंबळून नॅटचा हात घट्ट दाबला.

नॅट म्हणाला, ''टॉम पेरी मला काय म्हणाला होता, माहीत आहे? तो मला दोस्त म्हणाला होता. म्हणाला होता, आपणा दोघांचं यश चिंतून आता मी मद्य पिणार, दोस्त! दोस्त...''

दोघे डॉक्टरांच्या दुकानी पोहोचली. रेव्हरंड डॉ. प्रिन्स आणि डॉ. होलीओक अशा दोघांशी डॉ. स्टर्न बोलण्यात गुंतले होते. काउंटरवर पुस्तकांचा मोठा गठ्ठा होता. त्याबद्दलच काही चालले होते.

डॉ. होलीओक म्हणत होते, ''छे, छे! या पुस्तकाच्या पानांचा तुम्ही पुड्या बांधण्याला उपयोग केलात हे बरं केलं नाही.''

''कागद मिळतो कुठे?'' डॉ. स्टर्ननी खांदे उडवले.

''म्हणून काय झालं? हे ग्रंथ अमोलिक आहेत!''

''वाटले तर विकत घ्या हे! लिलावात खरेदी केले मी! फार स्वस्तात!''

ते विकत घेण्याचे अभिवचन डॉ. होलीओकनी दिले आणि ते दोघे निघून गेले. मग डॉ. स्टर्नचे लक्ष नॅट आणि लिझावर गेले. ''हॅल्लो नॅट, लिझा! मी पाहिलंच नाही बरं का तुम्हाला!''

"टॉम पेरीची चौकशी केलीत का हो तुम्ही?"

"हो. केली." काउंटरआडून डॉक्टर पुढे आले. जवळचा एक खोका घेऊन त्यावर बसले. म्हणाले, "ओळखीचा होता ना तो तुझ्या, नॅट?"

"हो. फार चांगली गट्टी जमली होती बघा आमची. मला तो दोस्त म्हणाला होता जाताना."

"तर मग नॅट, तुला त्याचा अभिमान वाटायला हरकत नाही." डॉक्टरांचा स्वर संथ येत होता. "दर्यावर त्याला वीराचं मरण आलं. वर्षापूर्वीची घटना. पिल्ग्रिमचे लोक एका इंग्लिश जहाजावर चढत होते. हातघाईची लढाई चालली होती. एका ब्रिटिश खलाश्यानं 'पिल्ग्रिम'च्या फर्स्ट मेटवर बंदूक रोखली! टॉम पेरी त्या खलाश्यावर तुटून पडला. त्यानं बंदुकीची गोळी सरळ छातीत झेलून घेतली! दर्याच्या पोटातच दफन करण्यात आलं त्याचं."

नॅटचा गळा दाटला. तोंडाला कोरड पडली. सुकल्या ओठांवरून कशीबशी जीभ फिरवीत तो म्हणाला, "डॉक्टर, तुम्ही चौकशी केल्याबद्दल थँक्स!"

जड पावलांनी मग लिझा आणि तो टर्नर्स लेनकडे गेली. बंदरावर गेली. धक्क्याशी आली. समोरचा पाण्याचा अर्थहीन विस्तार पाहत गप्प उभी राहिली.

मग लिझा पुटपुटली, "अरे नॅट, पराक्रमी माणसाशी मैत्री होती तुझी. तुला तो दोस्त म्हणाला होता! आणखीही खूप! हेही थोडं नव्हे!"

नॅटने मोठा आवंढा गिळला.

लिझाच पुन्हा म्हणाली, "नॅट, कोळ्यांमध्ये माणूस समुद्रावर असतानाच मेलं, त्याला समुद्रातच सोडलं म्हणजे काय करतात माहीत आहे तुला? त्याला वंदन म्हणून त्याच्या घरचे लोक समुद्रात फुलांची ओंजळ सोडतात– अशी."

नॅटने खिशातून कागद काढला. त्याने त्याचे तुकडे तुकडे केले आणि ते समुद्रावर सोडले. लिझाने दाखवल्यासारखे!

लिझा पुटपुटली, "असे डोळे किलकिले करून बघ– फुलंच वाटतात." तिने त्याचा हात दाबला. "नॅट, हे दिवस जातील. लढाई संपल्यावर सारं चांगलं होईल."

नॅट शहारला. आता अपेक्षा संपल्या होत्या. बाबांना नवे जहाज नाही, कुणाला काही नाही. हार्वर्डला जाणे नाही. त्याचे नावदेखील नको. काही, काही उरले नव्हते.

लिझा पुन्हा पुटपुटली, "टॉम पेरी, गुड बाय!"

घोगऱ्या सुरात नॅट पुटपुटला, "गुड बाय!"

तो खूप कशाला तरी 'गुड बाय' करीत होता.

पुरुषांनी रडायचं नसतं

थोडे दिवस गेले. मग एका दुपारी नॅट शाळेतून बाहेर पडला, तेव्हा हॅब बाहेर त्याची वाटच पाहत होता. तो म्हणाला, "नॅट, चल. तुला नवीन प्रकारचं जहाज दाखवतो. 'फ्रीडम' नाव त्याचं."

धक्क्याशी 'फ्रीडम'वर माल चढविण्यात येत होता.

"हे प्रायव्हेटिअर नव्हे. हे मालवाहू जहाज." नॅटने अर्धवट स्वतःशी म्हटले; परंतु मग त्याला डेकवर तोफाही दिसल्या.

"हे 'लेटर ऑफ मार्क' जातीचं जहाज." हॅबने खुलासा केला. "माल तर वाहातंच; पण जरूर पडली तर लढाईही करतं. या जहाजावर खलाशी म्हणून मी नाव नोंदवलं आहे, नॅट."

हॅब ताठ उभा होता. नॅटने आवंढा गिळला.

"पण" त्याने विचारले, "आपल्या आईला माहीत आहे हे? आणि बाबांना?"

"सर्वांना माहीत आहे." हॅब उत्तरला. "त्यांना काही वाटणार नाही. आपलं घराणंच दर्यावरच्या कप्तानांचं आहे ना! शिवाय माझं वय मोठं नसलं तरी त्या मानानं मी दिसतो मोठाच!"

"मीही मोठा होतो आहे." नॅट पुटपुटला. किंचित हसला. म्हणाला, "पुढच्या हिवाळ्याच्या आत मी इतका वाढणार आहे की, माझा हा कोट मला व्हायचाच नाही. मग हा कोट विल्यमला."

त्याला आठवले की, गेल्या हिवाळ्यात हॅबला असाच त्याचा कोट लहान झाला होता. मग तो कोटाशिवाय बाहेर वावरत असे.

"गेल्या हिवाळ्यात कोट नव्हता म्हणून तुला थंडी वाजे का रे हॅब?" नॅटने

विचारले.

"चिक्कार!" हॅब उत्तरला.

"अरे पण मुलं कोट नाही म्हणून तुझी चेष्टा करीत तेव्हा तू उलट म्हणायचास, मला थंडी लागतच नाही. पोरीच थंडी लागते म्हणून गरम कोट पांघरून बसतात!"

"हो." हॅब म्हणाला, "कारण पुरुषांनी स्वतःचं नसतं कौतुक करायचं नसतं. दुखलं - खुपलं, अगदी कळ गेली तरी म्हणायचं, काही झालं नाही म्हणून!" 'फ्रीडम' जहाजाच्या उंच डोलकाठ्यांकडे नजर लावीत तो म्हणाला, "केवढं छान जहाज आहे. खरं की नाही?"

नॅटच्या पोटात खड्डा पडला. हॅब त्या जहाजाबरोबर समुद्रावर लांब निघून गेला की, कसे वाटेल ते जहाज? पण त्याने स्वतःला समजावले, स्वतःचे नसते कौतुक पुरुष करीत नसतात. थरथरणारा ओठ चावून, खांदे रुंदावून तो म्हणाला, "होय, हॅब. फार छान आहे हे जहाज. तू– तू यावरून कधी प्रवासाला निघणार?"

हॅबने जरा प्रौढ, जबाबदार दिसण्याचा प्रयत्न केला. तो म्हणाला, "ते नक्की सांगता येत नाही. ब्रिटिश लोक बंदराची कोंडी करण्याच्या प्रयत्नात आहेत. आपल्या जहाजांच्या टेहळणीवर त्यांनी तिकडे समुद्रात त्यांची जहाजं ठेवली आहेत."

"आणि– आणि समज, त्यांनी हे– फ्रीडम जहाज पकडलं तर? तर काय होईल?"

हॅबने खांदे उडवले. "नाही पकडणार."

नॅटच्या अंगावर काटा सरसरला.

काही दिवसांनी सकाळी उठल्यावर त्याला हॅबची चिठ्ठी मिळाली:

प्रिय नॅट,

आज रात्री समुद्रावर धुके पडले आहे. म्हणून रात्रीच आम्ही निघणार. उद्या पुन्हा ब्रिटिश जहाजं आमच्या टेहळणीवर राहतील; पण आम्ही निसटलेले असू. आता घरात तूच मोठा. लक्षात ठेव, पुरुषांनी स्वतःचं नसतं कौतुक करायचं नसतं.

तुझा दादा
हॅब.

तसाच कसाबसा उठून नॅट घराबाहेर धावला, बंदराकडे पळत सुटला. 'फ्रीडम' गेले होते. घाईनेच तिथून नॅट गावात परतला, एका टेकाडावर चढून पाहू लागला. समुद्रावर आता धुके नव्हते. हॅबचे जहाज ब्रिटिशांच्या तावडीतून निसटू शकले का? की ब्रिटिशांनी ते धरले? काय झाले ते कधी बरे कळेल? वर्षभरात? दोन वर्षांनी? तीन?

जेवते वेळी प्रत्येकजण उसना आनंद आणि उत्साह दाखवीत होता. बाबा म्हणाले, ''आता लढाई आलीच आहे म्हणा संपत. सारेच म्हणतात. म्हणून तर ही 'लेटर ऑफ मार्क' पद्धतीची जहाजं बाहेर पाठवण्यात येतात. कारण प्रायव्हेटिअर समुद्रात असलं आणि युद्ध संपलं तर त्याचा प्रवास वाया जाईल. तेच 'लेटर ऑफ मार्क' जहाज समुद्रात असलं तर युद्ध संपलं की, सरळ मालवाहू जहाज म्हणून बंदरोबंदरी फिरून, मालाची ने-आण, खरेदी-विक्री करून अमाप पैसा करील.''

परंतु युद्ध संपले नाही. महागाई वाढतच राहिली. अन्नाची टंचाई वाढत्या प्रमाणात जाणवू लागली. एकेकदा घरात फक्त बटाटेच शिजत. दिवस फिरले होते, ते अद्याप तसेच होते.

मग हॅब परत आला. तो काळवंडला होता. आजी म्हणाली, ''पोरगा सगळ्या बाजूंनी फूट फूटभर वाढला आहे!''

'फ्रीडम'ला ब्रिटिशांशी एकही चकमक लढावी लागली नव्हती. त्या जहाजाचा वेगच फार होता.

तरी पण हॅब पुन्हा त्या जहाजाबरोबर प्रवासाला गेला आणि नॅटला पुन्हा काळजी लागून राहिली.

आणि एके दिवशी सकाळी नॅट झोपेतून उठला तोच कसल्याशा ओरड्याने. घंटाही वाजत होत्या. घरात धावपळ उडालेली त्याने पाहिली.

आई म्हणत होती, ''काय झालं कोण जाणे?''

''बहुधा अपघात असणार मोठा. पडझड म्हण, आग म्हण–'' वडील दार उघडायला धावत म्हणाले.

बाहेर ओरडा चालू होता, ''कॉर्नवॉलिस पडलं! आपण युद्ध जिंकलं! हुर्रे! कॉर्नवॉलिस घेतलं!''

क्षणभर सारेच सुन्न होऊन हे ऐकत राहिले आणि मग सारेच एकमेकांकडे पाहून मोठमोठ्यांदा हसू लागले, बडबडू लागले. एकमेकांना कवटाळू लागले. विल्यम आणि सॅमी उड्या मारू लागले, ओरडू लागले आणि धाकटी लुईही पडल्या जागी कुआं कुआं करीत राहिली.

जेवून नॅट आणि लिझा वडिलांबरोबर बाहेरचा उत्सव पाहायला बाहेर पडले.

बंदराशी येतात तो समोर एक उंचापुरा, लष्करी वळणाचा इसम एका कोठीघराबाहेर आला. लोकांनी मोठा ओरडा केला. त्याचे स्वागत केले.

नॅटने विचारले, ''हा कुणी सेनापती आहे का?''

''हा कॅप्टन जॉन डर्बी.'' वडिलांनी सांगितले, ''१७७५ मध्ये लेक्झिंग्टनच्या लढाईने ब्रिटिश आणि अमेरिकनांमध्ये युद्ध सुरू झालं. त्या वेळी ब्रिटिश सैन्याच्या अधिकाऱ्यांना आणि अमेरिकनांनाही घडल्या घटनेची आपलीच बाजू प्रथम ब्रिटनला पोहोचावी अशी इच्छा होती. या स्पर्धेत आपला उमेदवार अमेरिकनांनी निवडला तो हा जॉन डर्बी. याचं तेव्हा 'क्वेरो' म्हणून एक जहाज होतं. तो अमेरिकनांचा खलिता घेऊन ब्रिटनला गेला. तोच सर्वप्रथम लंडनला पोहोचला. सालेमचा रहिवासी मुळी कुठल्याही जिद्दीच्या स्पर्धेत हार खाईल तर हराम!''

लिझाने विचारले, ''आता लवकरच परिस्थिती बदलेल; हो ना बाबा?''

''हो तर.''

परंतु तरीही महागाई चढतच गेली. कागदी चलनाला त्याची किंमत येईनाशी झाली. प्रथम एका चंदेरी डॉलरला दहा डॉलर नोटा पडत. मग वीस, चाळीस, असे हे प्रमाण अधिकाधिक व्यस्त होत गेले. अखेर १०० डॉलर नोटा टाकल्या तरी एक डॉलरच्या किंमतीचे अन्न मिळेना. अद्यापही महागाई चढतच होती.

हिवाळा आला. नॅटचा कोट त्याला होईनासा झाला होता. मुले कोट नाही म्हणून हिणवू लागली की, तो म्हणे, ''मुलींना थंडी वाजते म्हणून कोट पांघरावे लागतात! मला कशाला कोट हवा? मला थंडीच लागत नाही!'' अनेकदा तो गप्पही बसे, हिणवणे ऐकून घेई. कारण बोलू लागलो तर दात एकमेकांवर वाजतील असे भय त्याला मनातून वाटत राही. तो वारंवार स्वतःला सांगे, पुरुषांनी स्वतःचे नसते कौतुक नाही करायचे!

युद्ध संपले तरीही परिस्थिती सुधारत नाही याचे त्याला गूढ वाटू लागले, तेव्हा त्याने काय ते त्याच्या बाबांनाच विचारले. ते म्हणाले, ''जरा स्वस्थता आली की बदलेल सर्व.''

''पण लढाई संपली तरी अजून स्वस्थता कशी आली नाही?''

बाबा म्हणाले, ''लढाई संपली तरी शांततेच्या वाटाघाटी पुऱ्या व्हायच्या आहेत. पॅरिसमध्ये त्या चालू आहेत.''

''मग त्या लवकर पुऱ्या होऊ देत,'' नॅट म्हणाला.

महिने उलटत गेले, दीड वर्ष उलटले. १७८३ च्या वसंत ऋतूत जनरल वॉशिंग्टनने शांततेची घोषणा केली. याही निमित्ताने पुन्हा सालेम गाजले. युद्धाची वार्ता लंडनला प्रथम पोहोचविणाऱ्या जॉन डर्बीनेच शांततेची पहिली वार्ता पॅरिसहून अमेरिकेला केवळ बावीस दिवसांत आणली.

नॅटचे बाबा म्हणाले, ‘‘शीड पुरं उभारून त्या गब्रूने हा पल्ला कापला.’’

नॅटने विचारले, ‘‘शीड पुरं उभारण्यात कसलं आलंय धाडस?’’

बाबा म्हणाले, ‘‘जितकं शीड अधिक उभारावं तेवढा वेग वाढतो; पण यदाकदाचित एकदम वारा वाढला तर असल्या पूर्ण पसरलेल्या शिडात घुसून तो डोलकाठ्याच मोडून टाकतो!’’

‘‘तुमचं ‘पोली’ जहाज असंच गमावलं का?’’ नॅटने विचारले.

बाबा म्हणाले, ‘‘नाही. मोठं वादळ झालं आणि वाऱ्याविरुद्धच्या बाजूनं किनारा गाठला माझ्या जहाजानं. असं घडणं फार धोक्याचं; पण वादळात याला इलाज नाही. असं झालं तर शेवटचा एकच उपाय. जहाजाच्या वाऱ्याकडच्या बाजूला नांगर टाकणं. जहाज एका जागी स्थिर करण्याचा प्रयत्न करणं. हेही हुकलं तर...’’ ते बोलायचे थांबले. रित्या नजरेनं कुठेतरी टक लावून राहिले. मग उसासून, जाग आल्याप्रमाणे म्हणाले, ‘‘जाऊ दे. मला आता पिंप बनवण्याच्या कामाला लागलं पाहिजे.’’ ते उठून घराबाहेर निघून गेले.

लिझाचे डोळेच विस्फारले.

नॅट म्हणाला, ‘‘जेव्हा त्याने पोलीला गमावले तेव्हा त्याने वडिलांकडून ते काढून घेतले.’’

आजी चिडून म्हणाली, ‘‘कोण म्हणालं असं?’’

‘‘तूच म्हणालीस. तू आईला सांगत असताना मी ऐकलं.’’

आजीने चश्म्याच्या काचांमधून नॅटकडे पाहिले. ‘‘हमम.. तू आणि लिझा बाहेर जाऊन उत्सवाचा आनंद का घेत नाही. जा बघू.’’

त्यांनी हातात हात गुंफले आणि डर्बीच्या रस्त्यावर धावत गेले. सालेम हर्बर येथे जेव्हा बंदुकांनी सलामी दिली गेली आणि किल्ल्यावरून जेव्हा त्याला तोफांनी प्रतिसाद दिला गेला तेव्हा लिझा श्वास रोखून पाहत राहिली.

खलाशी लोक इतर कुणाहीपेक्षा जोरदार पद्धतीने आनंद साजरा करीत असत. एक मोठा खलाशी एका पिंपावर उभा राहिला आणि जोरजोरात प्रश्न विचारू लागला. इतर लोक तितक्याच जोरात उत्तरे देऊ लागले.

‘‘हे युद्ध कुणी जिंकलं?’’ त्याने जोरात विचारलं.

‘‘आपणच. सालेममधील प्रायव्हेटिअर्सनी!’’

लिझाने नॅटचा हात हळूच दाबला. ‘‘तो पाहा, कॅप्टन डर्बी’’

डर्बी वार्फच्या दिशेने चालत येत असलेल्या उंचपुऱ्या, सैनिकी वेशातल्या कॅप्टन डर्बीकडे ती पाहतच राहिली. त्या पिंपावर उभ्या असलेल्या खलाश्याने त्याला पाहिले आणि तो त्याच्याकडे बोट करून म्हणाला, ‘‘लेक्झिंग्टनची बातमी लंडनपर्यंत कुणी पोहोचवली?’’

गर्दी जोरात चित्कारली "कॅप्टन जॉन डर्बी"

"या अमेरिकेत शांतता कोण घेऊन आला?"

"अर्थात कॅप्टन जॉन डर्बी... सालेमचा डर्बी... अमेरिकेतील सर्वांत महान शहर!"

कुणीतरी ओरडला.. "न्यू यॉर्क सर्वांत महान. त्यानंतर सालेम!"

आणि अचानक भांडणे सुरू झाली. पण कॅप्टन जॉन डर्बी गरजला.

त्या गर्दीने, ओरडणाऱ्या त्या माणसाने कॅप्टनकडे पाहिले आणि त्याने ज्या शेगडीच्या दिशेने जाण्याचे सुचवले तिथे सगळेजण जाऊ लागले.

लिझा एक उसासा सोडून म्हणाली, "तो किती भारी आहे ना नॅट? सगळंच किती छान आहे ना? आता युद्ध संपलेलं आहे आणि आता सारं काही सुरळीत होणार आहे."

शाळेला सुट्टी लागली आणि नॅट वडिलांच्या मदतीला राहिला. त्याला भारी काम पडे. श्रमामुळे भूक लागण्याऐवजी एकेकदा थकव्यामुळे जेवण जात नसे. वाटे, एकदाची शाळा सुरू व्हावी. महागाई वाढतच होती.

शाळा उघडायच्या आदल्या दिवशी बाबा नॅटला म्हणाले, "उद्या दुकानी बैस, नॅट. मला जरा बीव्हर्लीला जावं लागेल."

नॅटच्या पोटात खड्डा पडला. तो पुटपुटला, "पण बाबा, उद्या– उद्या तर शाळा उघडणार."

"आहे मला माहीत; पण उद्या दुकानात तुझी जरूर आहे."

"मला– वाटलं होतं की, शाळा उघडली म्हणजे– "

आता नॅटकडे त्याच्या बाबांनी बघितले नाही. हॅट उचलीत ते म्हणाले, "परिस्थिती जरा सुधारली की, पुन्हा शाळेला जाऊ लाग तू. सध्या– दुकानच."

"मी जरा जाऊन येतो," असं म्हणून ते निघून गेले.

शाळा संपली! कायमची! नॅट सुन्न होऊन खाली बसला. डोळ्यांपुढे सारे धुरकटले, तरंगू लागले.

रात्री नऊ वाजले तरी नॅटचे बाबा परतले नाहीत. आजी चिडचिडल्यागत करीत होती, मुलांवर ओरडत होती. अखेर मुले झोपली. जागी राहिली आजी, आई आणि नॅट.

आई म्हणाली, "नॅट, माझ्याबरोबर जरा बाहेर येतोस?"

आजीने तिच्याकडे पाहिले, "तू आजारी बाई आणि कशाला आता या थंड हवेत जातेस?"

नॅटची आई किंचित हसली. संथपणे ती म्हणाली, "मी ठीक आहे हो आता. मला काय होतंय? चल नॅट."

दोघे माय-लेकरे काळोखात बाहेर पडली. आभाळात चंद्र नव्हता. तारे तेवढे होते. दोघे बंदरावर आली. तिथे नॅटच्या आईने आकाशातल्या ताऱ्यांवरून वेळ जाणण्याची युक्ती नॅटला समजावून सांगितली. मग ती अचानक गप्प बसली. मुलाच्या अंगाभोवती एक हात लपेटून तारे न्याहाळत राहिली.

नॅट मनात म्हणत होता, पुरुषांनी स्वतःचे नसते कौतुक करायचे नसते; हे विसरता काम नये. तो आईला म्हणाला, ''मला शाळेला जाता आलं नाही तर नाही. परिस्थिती सुधारली की, मग मी पुन्हा जाऊ लागेन. हं?''

आईने जबाब दिला नाही. ती अद्यापही तारे न्याहाळत होती. किंचित्कालाने ती म्हणाली, ''बाळा, माझ्यापुरतं मी एक सद्वचन बनवलं आहे. 'विपत्काली ताऱ्यांकडे पाहा' हे ते सद्वचन! काही काही वेळा की नाही नॅट, असं ताऱ्यांकडे टक लावून पाहू लागलं की, अप्रिय गोष्टी क्षुद्र वाटू लागतात. संकटं क्षुल्लक भासतात. आपल्याला तरी काय महत्त्व, असं वाटतं– आणि मग बरं वाटू लागतं.'' तिने किंचित स्मित केले. ''चल बाबा, परत जाऊ या. सासूबाई, 'हे' आपली काळजी करतील.''

दोघं घरी आली, तेव्हा एकटी आजीच घरात जागी होती. तिने विचारले, ''गेला होतात तरी कुठं दोघं?''

नॅटची आई म्हणाली, ''अशीच जरा तारे पाहायला.''

''तारे पाहायला!'' आजी पुटपुटली. ''तुझ्यापुढे सोय नाही बोलायची, विचारायची आणि त्यातून हा अद्याप घरी आला नाही– नॅटचा बाप!''

नॅटची आई खालमानेने म्हणाली, ''नॅटची शाळा सुटणार म्हणून 'या'ना वाईट वाटतंय फार.''

''अगं हो.'' आजीचा एरवीचा कोरडा खरबरीत गळा किंचित ओला झाला होता. ''पण त्यावर दारू हा इलाज नव्हे, सूनबाई! अशी दारू पोटात रिचवण्यापेक्षा जास्त पिंपं बनविली तर...''

आजीची वाणी अडखळली.

बाहेर वारा वाढला होता.

रात्रीची कुजबुज

थंडी दर वर्षांपेक्षा लवकरच पडू लागली. प्रथम पाऊस; मग बर्फ.

आपला तलम विरविरीत कोट अंगाशी घट्ट लपेटून नॅट एका कामगिरीवरून धावतच दुकानाकडे परत येत होता. वाऱ्याच्या, बर्फाच्या माऱ्याने डोळे पाणावत होते, दुखत होते. कुठे जात आहो हे दिसू शकत नव्हते. कुणाशी तरी टक्कर झाली, नॅट कोलमडला आणि तोल जाऊन राडीत लोळला.

"क्षमा करा." तो कसाबसा उठत म्हणाला. त्याने वर पाहिले. चेहरा ओळखीचा होता! तो गडबडीने पुन्हा म्हणाला, "मला क्षमा करा, महाराज!"

ईस्ट चर्चचे ते नवीन रुजू झालेले पॅस्टर होते– डॉ. बेण्टले. सालेमला असा माणूस कधी आला नव्हता असे सारे त्यांच्याबद्दल आदराने म्हणत. त्यांना म्हणे वीस भाषा अवगत होत्या!

डॉ. बेण्टलेनी नॅटला धरून त्याच्या पायांवर उभे केले. आपला रुमाल काढून त्याच्या कपड्यांवरची राड निपटली. हे करताना ते म्हणाले, "छे, छे! तूच क्षमा कर मला. तू पडलास!"

याच वेळी नॅटचा तलम कोट त्यांनी हेरला असावा. ते म्हणाले, "ही थंडीची लाट मोठी अचानकच आली, नाही? ठेवणीतले गरम कपडे काढायलाही सवड नाही झाली कुणाकुणाला!"

नॅटचे असल्या उद्‌गारांवरचे उत्तर सदा सज्जच असे. तो म्हणाला, "मला थंडी वाजत नाही. फक्त पोरी गरम कोट वापरतात!" आणि डॉक्टरांनी लपेटून घेतलेला उबदार कोट त्याला दिसला. तो लटपटला. "मी- मला- म्हणजे तुम्ही आता मोठे म्हणजे म्हातारेच आहात. तुम्हाला लागणारच गरम कोट म्हणा-

म्हणजे मला–''

डॉक्टर हसले. म्हणाले, ''अगदी योग्य बोललास. माझ्यासारख्या पंचविशीच्या म्हाताऱ्याला तब्येतीला फार जपावं लागतं!''

नॅटबरोबर ते चालू लागले. त्यांनी विचारले, ''तू नॅथानियल बो– डिच्, होय ना? वाट्सन मास्तर तुझ्याविषयी सांगतात. आज शाळा नाही का तुला?''

''बाबांना त्यांच्या कामात मदत हवी म्हणून शाळा सोडली मी.''

डॉक्टर त्याच्याकडे पाहतच राहिले. ते उद्‌गारले. ''काय म्हणतोस तू! हे– हे फारच–'' पण ते तेवढ्यावरच थांबले. म्हणाले, ''अच्छा! नॅट. मी माझ्या वाटेने जातो. गुड बाय!''

त्या दिवशी संध्याकाळी तो घरी पोहोचला तो लिझा त्याची वाटच पाहत होती. ती म्हणाली, ''अरे नॅट, काय गंमत झाली असेल ओळख बरं? डॉक्टर बेण्टले येऊन आपल्या आईला भेटून गेले. तू एव्हापासूनच हार्वर्डमध्ये शिकायला जायची तयारी करायला हवीस असं म्हणाले ते! आहे की नाही गंमत? डॉक्टर बेण्टलेसारखा हुशार माणूस म्हणत होता की, तू फारच हुशार आहेस!''

''आई काय म्हणाली?''

''ती काय म्हणणार? तिने आभार मानले डॉक्टरांचे. ती आपली सारखी हसतच होती. सारखी इकडेतिकडे फिरत होती. अखेर आजी तिला म्हणाली, ''आता त्या पोराचं कौतुक पुरे कर! आधी स्वतःची काळजी घे!''

नॅटच्या मनात आले, आजी आईची इतकी काळजी का करते? त्याने लिझाला ते सांगितले आणि लिझा म्हणाली, ''आई तर सारखी हसून म्हणत असते, ''मी बरी आहे.'' आज पण ती असंच म्हणाली, ''माझा नॅट हार्वर्डमध्ये शिकून मोठा झालेला पाहायला जगणार आहे हो मी.''

त्यानंतर पुरे तीन महिनेही उलटले नसतील आणि नॅटची आई त्याला कायमची सोडून गेली.

अंत्यविधी झाल्यानंतर त्याच रात्री वडील आपल्या हातात डोकं धरून टेबलावर सुन्न बसले होते. ''आई मी नक्की चांगलं काहीतरी करेन. आई शप्पथ मी चांगलं करेन.'' वडील बोलत होते.

हे ऐकून आजीचे डोळे भरून आले. ''मला खात्री आहे बाळा. परंतु ते ली शोअर तू सोडलेलंच बरं राहील. तुझा नांगरही तिथे तू हरवला आहेस.''

मेरीने आजीच्या गळ्यात हात टाकले आणि म्हणाली, ''आजी आपण झोपायला जाऊयात का?''

आजी उसासा सोडत म्हणाली, ''मला वाटतं आता मी जायला हवं. मी माझं सारं काही गमावल्यासारखं वाटतंय.''

आणखी दोन वर्षे उलटली नाहीत तोच आजीने जगाचा, तिच्या लाडक्या मुला-नातवंडांचा निरोप घेतला.

नॅटचे बाबा दोन्ही वेळा हाती डोके धरून टेबलाशी बसले होते. म्हणत होते, ''अद्याप मी काहीतरी करीन– परिस्थिती बदलीन. नक्की बदलीन.''

पण आईपाठोपाठ आजी गेली आणि नॅटच्या बाबांच्या जीविताचे शीडच फाटले–

दोन महिन्यांनी एके दिवशी रात्री कधीतरी नॅट जागा झाला. लाकडाची ठोकठोक ऐकू येत होती आणि त्यातच शब्द. बाबांचे, मेरीचे. बाबा मेरीला हळूहळू काहीतरी सांगत होते. एकदा नॅटला वाटले, झोपावे परत. पुन्हा एकवार त्याने पांघरूण अंगावर ओढले; पण तेवढ्यात बाबांचे किंचित मोठ्याने बोललेले शब्द त्याला ऐकू आले.

''नॅटला ते जमेल, मेरी. पिंपं बनविण्यात त्याला फारशी गती नाही. हातापेक्षा डोकंच चांगलं चालतं त्या पोराचं. पैसे नाही मिळवून आणणार तो घरात; पण निदान खाणारं एक तोंड तेवढंच कमी होईल... वॉट्सन मास्तर नेहमी सांगतात की, तो हुशार आहे. मी मायकेल वॉल्शशीही बोललो त्याबद्दल. ते म्हणाले...''

पुन्हा ठोकठोक. बाबांचे बोलणे स्पष्ट ऐकू येईनासे झाले; पण ते कशाबद्दल चालले होते ते कळले. मायकेल वॉल्श हे शिक्षक होते! म्हणजे पुन्हा शाळेला जायला मिळणार असे दिसत होते! त्यासाठी घरापासून लांब जावे लागणार होते. बाबा म्हणाले होते, 'खाणारं एक तोंड तेवढंच कमी...'

नॅटला नवल वाटले. गालांवर अश्रू ओघळले होते. पंजाच्या पाठीने त्याने ते निपटले. त्याला वाटले, काहीतरीच! पुरुष रडत नसतात. पुरुष नसत्या गोष्टींचे कौतुक करीत नसतात. वास्तविक आनंद ही वाटण्याजोगी गोष्ट. शाळेला जायला मिळणार! कुठल्या शाळेत, कुणास ठाऊक; पण ते बिनमहत्त्वाचे. शाळेत भराभर उत्तीर्ण होत गेल्यावर पुढे हार्वर्डच्या मोठ्या शाळेत जायचे. मग खूप अभ्यास करून तिथे पदवी मिळेल आणि पदवीदानाच्या त्या समारंभाला बाबा येतील, मेरी येईल, लिझा येईल, सारेजण येतील. बाबा म्हणतील, 'अरे नॅट, पिपं बनवण्याच्या बिनडोक कंटाळवाण्या कामातून काढून तुला परत शाळेत पाठवला त्याचं चीज झालं बरं का. मला आज फार बरं वाटतं आहे... फार फार बरं वाटतं आहे...'

कल्पना असह्य होऊन नॅटने डोळे घट्ट मिटून घेतले. त्याला वाटले, असेच उठून धावत जाऊन बाबांना विचारावे, कुठल्या शाळेत घालणार तुम्ही मला? वॉल्श मास्तर काय म्हणत होते? पण ते बरे दिसले नसते. असे चोरून कुणाचे बोलणे ऐकणेच मुळी बरे नव्हते आणि ऐकले ते बाबांनी आपण होऊन सांगण्यात

मजा होती. सकाळी न्याहारीच्या वेळी ते त्याला सांगणार असावेत. अशा गोष्टी बोलण्याची तीच वेळ.

सुखावून नॅट झोपी गेला.

दुसऱ्या दिवशी तो जरा उशिराच जागा झाला. न्याहरीच्या टेबलाशी गेला तेव्हा बाबा आणि मेरीच टेबलाशी बसून होते. सारे चूपचाप होते. बाबा एकसारखे एक कागद वाचत होते आणि त्रासिक मुद्रेने पुढ्यातली न्याहरी खात होते. नॅटने मेरीकडे पाहिले. छे! तीही उदास! जणू रात्रभर झोपली नव्हती. असे का?

अखेर बाबांनी एकदाचे सरळ नॅटकडे पाहिले आणि घसा खाकरला. ''हे बघ... नॅट...''

अखेर ते ती आनंदाची बातमी आता सांगणार होते! त्रासिकपणा आपला उगाच!

''काय, बाबा?''

''तुझ्याबद्दलच विचार करीत होतो मी. मला वाटतं, हातापेक्षा डोक्याच्या कामांत तुझी गती बरी आहे.''

''होय होय, बाबा.'' नॅटच्या नकळत त्याच्या मुद्रेवर हसू आले.

बाबा पुढे म्हणाले, ''तुझ्याबद्दल जोनाथन हॉजेसकडे मी बोललो आहे. तुला माहीत आहेत हे हॉजेस– रोप्स् अँड हॉजेस कंपनीचे.''

नॅट म्हणाला, ''हो. आहेत माहीत.'' नॅटला वाटले, या हॉजेसनीच बहुतेक बाबांमागे आपल्याला शाळेत पाठवण्यात यावे म्हणून लकडा लावला असेल. बाबा त्यांना मानतात. ते फार पैसेवाले आहेत, धंदा उत्तम चालला आहे त्यांचा. जहाजाला लागणाऱ्या सर्व प्रकारच्या साहित्याचे त्यांचे मोठे दुकान आहे. ते आहे नेपच्युन स्ट्रीटवर. हॉजेस म्हणतील ते बाबा ऐकतील यात नवल नाही.

नॅटचे बाबा शब्द शोधत होते, मनातली गोष्ट कशी सांगावी म्हणून चाचपडत होते. ते कसेबसे म्हणाले, ''तर नॅट, ते हॉजेस सांगत होते की, तू तसा हुशार मुलगा आहेस. मायकेल वॉल्श मास्तरांकडे दोन-तीन महिने आवश्यक ते शिक्षण घेशील तर उत्तम होईल.''

नॅटही विचार करीत होता. शिक्षण– दोन, फार तर तीन महिने. वॉल्श मास्तरांकडे. हा काय प्रकार आहे? दोन-तीन महिनेच? आणि मग? शिवाय वॉल्श तर गावातच होते. मग बाबा रात्री 'खायला एक तोंड कमी' म्हणाले त्याचा अर्थ काय?

बाबा पुढे म्हणाले, ''हॉजेसना तुझं गणित चांगलं असल्याचं माहीत आहे. दोन-तीन महिन्यांत वॉल्शकडे जमा-खर्चाची, हिशेब-ठिशेबाची माहिती करून घे. म्हणजे रोप्स अँड हॉजेस कंपनीत चिकटून जाशील.''

असे म्हणून हातातला कागद त्यांनी नॅटच्या हाती ठेवला. नॅट वाचू लागला:

जहाजाच्या सुट्या भागांच्या दुकानाचे काम शिकून घेण्यासाठी ते नऊ वर्षांचे कंत्राट होते!

म्हणजे एकविसाव्या वर्षापर्यंत! नऊ वर्षे तो या कंपनीच्या मालकीचा झाल्यासारखा जगणार होता! त्याला स्वतंत्र अस्तित्व उरणार नव्हते! पुढे धरलेला कागद अस्पष्ट झाला, धुरकटला. एखादे एखादे वाक्य तेवढे कळत होते. या नऊ वर्षांच्या मुदतीत उमेदवार नॅथानिएल बो-डिच्ने कंपनीची इमानेइतबारे सेवा करायची असून... आगाऊ परवानगीविना रात्री वा दिवसा त्याने कंपनीच्या कामास अनुपस्थित राहता कामा नये...

म्हणजे तिथेच राहायचे. बाबा रात्री म्हणाले त्याचा हा अर्थ होता. 'पैसे घरात आले नाहीत तरी तेवढंच खायला एक तोंड घरात कमी.' दोन-तीन महिन्यांत, जमा-खर्चाचे ज्ञान शिकून तिकडे जायचे होते. घर सोडून. नऊ वर्षे परत न येण्यासाठी. नऊ वर्षे एकट्याने रात्रंदिवस खपत काढण्यासाठी.

बाबांनी विचारले, "नॅट, कसला विचार करतो आहेस?"

कागदाआडून नॅटने मेरीकडे बघितले, बिचारी मेरी अगदी केविलवाणी दिसत होती. हॅब म्हणाला होता, पुरुषांनी बायकांची काळजी वाहायची असते.

नॅटने महत्प्रयासाने जिवणीवर हसू आणले. तो म्हणाला, "पिंपं बनवण्यापेक्षा खरंच मला जमा-खर्च चांगला जमेल, बाबा. फक्त एकाच गोष्टीचा विचार करतो आहे मी..."

"कोणत्या?"

"या कागदात म्हटलं आहे की, मी लग्न करता कामा नये; पण माझं तर वय केवळ बारा वर्षांचं..."

मेरी म्हणाली, "भोळा शंकर आहे नुसता!" आणि कशीबशी हसली; पण हसली अखेर.

नॅट घाईने जागचा उठला. म्हणाला, "चला. मला वॉल्श मास्तरांची गाठ घ्यायला हवी लवकर–"

पाटी-पेन्सिल शोधताना तो तोंडाने सारखा शीळ घालीत होता. घराबाहेर निघेपर्यंत त्याची शीळ थांबली नाही आणि मग ती संपलीच.

वॉल्श मास्तरांचे घर येईतोवर दर पावलागणिक पडसाद उठत होते, 'नऊ वर्षे... नऊ वर्षे... नऊ वर्षे...'

सागरी पंचांगाचा शोध

पंधरा एक दिवस नॅटने वॉल्श मास्तरांकडे जमा-खर्चाचे शिक्षण घेतले, तेव्हा वॉल्श म्हणाले, "तुझी प्रगती फार उत्तम आहे, नॅट. या वेगाने तू तीन काय, दोन महिन्यांतच जमा-खर्चाच्या तंत्रांत तरबेज होऊन रोप्स अँड हॉजेस कंपनीत रुजू होशील!"

मास्तरांच्या या बोलण्यावर नॅट साध्या कृतज्ञतेपलीकडे काही म्हणाला नाही. मन मात्र झुरत होते. आणखी दहा आठवडे म्हणत होतो, मास्तरांच्या मते आता फक्त सहाच आठवडे– की मग पुढे नऊ वर्षे बंधनात!

मास्तरांकडून नॅट घरी परतला आणि लिझाने त्याला वर्तमानपत्रातली एक जाहिरात दाखवली. मुदतीने बांधलेले दोन उमेदवार पळाले होते, त्यांना कशाही स्थितीत परत आणून हजर करणाऱ्यांना एका कंपनीने बक्षीस लावले होते. शिवाय असेही बजावले होते की, त्यांना कोणीही आश्रय देता कामा नये...

लिझा कोमेजली होती. नॅटच्याही तोंडाला कोरड पडली; पण चेहऱ्यावर कसेबसे हसू आणून तो लिझाला म्हणाला, "अगं पण वेडे, मी थोडाच पळणार आहे! मी पळेनच कशाला? मी एका कामाचं शिक्षण घ्यायला जाणार आहे. ते पुरं होईतोवर तिथंच राहणार आहे. चल, उगीच काळजी नकोस करू–"

त्या रात्री नॅटने आपली अभ्यासाची पुस्तके उघडली. भोवती त्याची इतर भावंडे आपापले काम घेऊन बसली. विल्यम, सॅमी, लिझा, लुईसुद्धा! मेरीही सूत कातायला तिथेच येऊन बसली.

नॅटला जाणवले. हे घर– ही माणसे– हे सारे किंचित्काळात नऊ वर्षांपुरते तुटणार! पाहता पाहता त्याचे डोळे भरून आले.

विल्यम म्हणाला, "मला एक गणित सोडवून दाखव. जरा मोठं आहे."

नॅटने त्याची पाटी घेतली. "नक्कीच विल्यम. सॅमी तुलाही एक हवंय का?"

त्याने पाटीच्या दोन्ही बाजूला ते गणित लिहिले. काही काळ त्या खोलीमध्ये कसलाही आवाज येत नव्हता. केवळ लिझाच्या शिवणकामाचा आवाज येत राहिला. पाटीवर पेन्सिल घासल्याचा आवाज येत राहिला.

चंद्र प्रकाशत राहतो..

रात्रीच्या प्रहरात

असं काहीतरी गाणं ती आपल्या आवाजात गुणगुणत होती.

आणखी केवळ सहा आठवडे तो घरात असणार होता. काही क्षणांपुरते नॅटच्या डोळ्यांपुढील काम धूसर झाले. त्याचे डोळे पाणावले. त्याने आवंढा गिळला आणि पुन्हा काम करू लागला. कदाचित डॉ. वॉल्श त्याची मन:स्थिती बदलू शकले असते. कदाचित दोन महिन्यांनी ते म्हटले असते, "तू आणखी एक महिना करावंस. नॅट.." कदाचित असं होऊ शकलं असतं..

...मग एकदा कंपनीचे मि. हॉजेस नॅटच्या वॉल्श मास्तरांना येऊन भेटले. हसले की, ते दिलखुलास वाटत; एरवी मात्र करड्या स्वभावाचे! त्यांनी नॅटची चौकशी केली. मास्तर म्हणाले, "वा! तसा तयार झाला आहे तो जमा-खर्चाच्या तंत्रांत! मोठा हुशार मुलगा आहे! आताच कामावर घेतलात तरी फिकीर नाही!"

हॉजेस म्हणाले, "नॅट, चलतोस का माझ्याबरोबर? तुला तुझी राहायची नवी जागा दाखवतो."

नॅट त्यांच्याबरोबर गेला. दोघे एका मोठ्या, रुंद घरापुढे थांबले. हॉजेसनी त्याला आत नेले. काही पायऱ्या चढल्यावर दोघे एका ठिकाणी आले. हॉजेसनी दरवाजा उघडला. ते म्हणाले, "नॅट, ही तुझी खोली. इथं तू नऊ वर्षं राहणार."

डबडबल्या नजरेने नॅटने पाहिले. अरुंद पलंग, मोरी, पाण्याची दोन भांडी, एक छोटे टेबल आणि एक खुर्ची.

"तुला आवडायला हरकत नाही ही खोली." हॉजेस म्हणाले. "या खिडकीवाटे बंदराचा देखावा मोठा छान दिसतो. शिवाय ही इथे तुझ्या कपड्यांची व्यवस्था. कपडे एकदा आणून टाक."

"अंगातच आहेत बहुतेक." नॅट म्हणाला.

क्षणभर हॉजेस उग्र भासले; परंतु मग हसून म्हणाले, "तुला जास्त कपडे देण्यात येतील. तू हिशेबाचं काम चोख कर, बदल्यात कपडालत्ता, जेवण-खाण सारं मोफत मिळेल तुला. शिवाय धंदेशिक्षण. खोली पसंत आहे ना तुला?"

घोगऱ्या सुरात नॅट म्हणाला, "हो. चांगली आहे."

नेपच्युन स्ट्रीटवरच्या एका मोठ्या लाकडी इमारतीजवळ ते पोहोचले. तिथे दाढीची खुंट वाढलेला एक मोठा माणूस दारातच उभा होता. तो म्हणाला, "सुप्रभात. मिस्टर हॉजेस. मिस्टर रोप हे एरांड येथे गेले आहेत. ते परत येईपर्यंत तुम्हाला काय हवं नको ते पाहायला त्यांनी मला सांगितलं आहे.

मिस्टर हॉजेस म्हणाले, "हे बेन मिकर आणि बेन, हा आहे नॅट बो-डिच्. आपल्याकडे नव्याने शिकण्यासाठी आलेला आहे. आपला एखादा कॅटलॉग घेऊन कुठे काय काय आहे हे जरा त्याला सांगशील का?"

त्याने दोन छोट्या बारीकशा वह्या त्याच्या खिशातून काढल्या. त्या साधारण अडीच इंचाच्या असाव्यात. त्यातील एक नॅटला दिली आणि दुसरी बेनला.

'अॅश ब्रीझ' हे काय प्रकरण आहे, स्टर्न म्हणजे काय, स्टारबोर्ड कुठला, बल्कहेड कुठले, 'लॉग' ही काय चीज असते आणि जहाजावरच्या नोंदवहीला 'लॉगबुक' का म्हणतात? इत्यादी गोष्टी रोप्स अँड हॉजेसच्या दुकानी नॅट वेगाने शिकला. त्या काळी जहाजाचा वेग 'लॉग' नावाच्या लाकडाच्या तुकड्याच्या साहाय्याने कसा मापत तेही त्याने समजावून घेतले. एका छोट्या वहीत त्याने सारे लिहून ठेवले. काही आठवड्यांतच, हिवाळ्याच्या आत, मि. रोप्स किंवा मि. हॉजेसना सापडे तितकीच अचूक आणि लवकर नॅटलाही त्या दुकानातली कुठलीही वस्तू सापडू लागली.

कधीकधी डॉ. बेण्टले दुकानी येत. एकदा ते येऊन गेल्यावर नॅटबरोबर कामाला असलेला बेन मीकर नॅटला म्हणाला, "पाहिलास? विद्वान माणूस! पंचविशीला आला नाही तोच वीस भाषा जाणू लागला! तसा तूही हुशारच आहेस म्हणा; पण तू ताठ नाहीस, पिळपिळीत आहेस. आपण माणसं अशीच!"

नॅटला दीर्घ कालपर्यंत हे शब्द विसरता आले नाहीत. तरीही असल्या आठवणींत मन गुंतवायला त्याला सवडही नसे. दिवसा काम. रात्री नवीन शिकलेल्या गोष्टींची वहीत नोंद. दोरखंड, शीड इत्यादी गोष्टींशी संबंध येताच त्याने त्यातला शक्य तेवढा तपशील अवगत करून वहीत नोंदवून टाकला. शीड बनवताना प्रथम त्याचे कॅन्व्हास कापून, त्याच्या पट्ट्या करून मग त्या पुन्हा का शिवतात? त्यामुळे शीड चिवट आणि भक्कम होते, वाऱ्याला सहजी दाद देत नाही. अशी खूप माहिती मिळत होती.

आणि तरी अद्याप नौकानयनाचे मोठे शास्त्र बाकी होते. सॅम स्मिथ- या दुकानी येणाऱ्या, वृद्ध, दर्यावर्दी कप्तानाने त्याविषयी नॅटला माहिती पुरवण्याचे पत्करले आणि नॅटची दुसरी वहीही या नव्या माहितीने गच्च भरली.

"बस्स!" सॅम अखेर म्हणाला. "माझ्या डोक्यातलं सारं सांगितलं आहे तुला. हेच तुझ्या डोक्यात भिनव– की झालं!"

"आणखी माहिती मला कोण देईल?" नॅटने विचारले.

"मला तरी माहीत नाही." सॅम म्हणाला.

एकदा कंपनीचे मि. रोप्स नॅटकडे येऊन म्हणाले, "असं कर, माझ्या घरी जा. तिथं 'हेटी'कडे चेंबर्स सायक्लोपीडिआचे भाग माग. त्यात 'सर्व्हेइंग'खाली असलेल्या माहितीतले सर्व्हेइंगच्या आरंभाबाबतचे सर्व लिहून घेऊन ये बरं. मला ते हवं आहे."

नॅट त्वरेने रोप्ससाहेबांच्या घरी गेला. सायक्लोपीडिआ हे काय असते ते त्याला पाहायचे होते. हेटी त्याचे भाग त्याला काढून देणार होती...

ते जाडजूड भाग पाहून, चाळून, ज्ञानाचे भांडारच आपल्यापुढे खुले झाल्यासारखे नॅटला क्षणभर वाटले. सारे काही इथे, यांत होते! त्याने A पासून सुरुवात केली...

वाट पाहून अखेर रोप्स धावतच घरी आले, तेव्हा नॅट त्या पुस्तकांच्या भाऱ्यांत बुडून गेलेला होता. रोप्सनी विचारले, "अरे नॅट, पत्ता काय तुझा? किती वेळ झाला!"

नॅट म्हणाला, "सर्व्हेइंगची सुरुवातच शोधत होतो. प्रथम ट्रिग्नॉमेट्री पाहिली. मग थिओडोलाइट्स दुर्बिणीच्या विभागात शोधलं. ताऱ्यांवरूनही समुद्रावर आपण कुठे आहोत ते ठरवतात, म्हणून ॲस्ट्रॉनॉमी वाचत होतो. अजून तरी तुम्हाला हवं ते मला सापडू शकलेलं नाही."

रोप्ससाहेबांची हसून हसून मुरकुंडी वळली. ते म्हणाले, "नॅट, मला हवं होतं, सर्व्हेइंग कुठे सुरू झालं? कुठल्या देशात? एवढंच मला हवं होतं. आण– ते तुझ्या हातातलं पुस्तक आण. हे, हे बघ. इजिप्तमध्ये सुरू झालं असावं, असं म्हणतात हे. मी म्हणत होतो तेच बरोबर ठरलं!"

नॅट म्हणाला, "बस्स, एवढंच? हेच तुम्हाला हवं होतं?"

"होय बाबा. तुला उगीच त्रास पडला." रोप्स किंचित हळहळीच्या सुरात म्हणाले.

नॅटच्या जिवणीवर हसू फुटले. तो म्हणाला, "छे, छे! त्रास कसला. मोठी मजा आली. मी या नोंदी करून घेतल्या आहेत, त्या असू देत का माझ्याकडेच?"

"हो. हो. अवश्य. अजूनही तुला काही हवं असेल तर वाटेल तेव्हा येऊन पाहात चल या पुस्तकात." रोप्स दिलखुलासपणे उद्गारले. "पण वाटेल तेव्हा म्हणजे दुकान बंद झाल्यावर मग! असा मध्येच नव्हे!" आणि त्यांनी मिस्कील हास्य केले.

त्या उद्योगात दुकानाचे जमा-खर्चाचे काम राहिले; ते रात्री परत दुकानी जाऊन संपवण्याचे नॅटने ठरवले. रात्री तो कामात गढला असताना हाक आली–"नॅट"–

त्याने वर पाहिले. लिझा दारामध्ये उभी होती. तो तिच्याकडे पाहून हसला आणि घाईने तिला आत घेऊ लागला.

लिझा संकोचून म्हणाली, ''तुझ्याशी जरा मिनिटभर बोलता येईल का इथेच? जेव्हा तू गडबडीत असशील तेव्हा त्यात लुडबुड करत बसू नये असं आम्हाला मेरी सारखं बजावत असते.''

''अगं चालतं लिझा.''

त्यानंतर दोघांनी किंचित्काळ गोष्टी केल्या..लिझा गोंधळली होती. त्यानंतर एक विचित्र शांतता पसरली. ''काय गंमत आहे बघ. मला इतकं तुला सांगायचं होतं आणि आता बघ काहीही सुचेना. मला तुझी खूप आठवण येते. मी.. मी... मला जेव्हा तुला एखादा विनोद सांगायचा असतो तेव्हा नेमका तू तिथे नसतोस. मला अशावेळी तुझी खूप जास्त आठवण येते.'' असं म्हणून लिझा गर्रकन फिरली आणि अखेर कसाबसा नॅटचा निरोप घेऊन ती स्फुंदत बाहेर पळाली. नॅटने तिला तसे जाताना पाहिले. स्वतःला बजावले, हॅब म्हणाला होता ते विसरता नये. पुरुषांनी स्वतःचे नसते कौतुक करायचे नसते आणि तो पुन्हा जमा-खर्चाच्या वह्यांत गढून गेला. घसा दुखत होता.

तो माणूस इथेच बसून पुढच्या महिन्यात प्रत्येक रात्री चंद्र कसा उगवेल हे सांगू शकणारा होता. पुढच्या महिन्यातच काय, पुढच्या वर्षीचे देखील अगदी पुढच्या दहा वर्षांचे देखील सांगू शकणारा होता. सूर्य कशापद्धतीने मार्गक्रमण करेल हे सुद्धा सांगू शकेल. तो याही पुढे जाऊन कदाचित...

एके दिवश बेन मिकर तिथे आला आणि म्हणाला, ''तू ही कसली आकडेमोड करतो आहेस?''

''१७८९ ते १८२३ या काळासाठीचे पंचाग तयार करतोय.''

बेन कुत्सितपणे म्हणाला, ''आणि या तुझ्या पंचांगामध्ये काय असणार आहे?''

''नेहमीच्याच गोष्टी. सूर्य कधी उगवेल, कधी मावळेल, ग्रहांचे अंतर, ग्रहण इत्यादी गोष्टी त्यात असतील.''

बेन चिडून म्हणाला, ''तू माझी अजिबात थट्टा करायचा प्रयत्न करू नकोस.''

नॅट त्याच्याकडे रोखून पाहत म्हणाला, ''पण मी तुझी थट्टा करतच नाहीये. तू मला पंचांगात काय असतं हे विचारलंस तेच मी तुला सांगितलं.''

एक अनोळखी आवाज कानावर पडला, ''मी तुझं ते पंचांग जरा पाहू का?''

''हो नक्कीच सर.'' असं म्हणत नॅटने ते पंचांग त्या अनोळखी माणसाच्या हाती दिले. पुन्हा तो बेनकडे वळून म्हणाला, हे ''सरळ साधे गणित आहे बाकी विशेष काहीही नाही.''

बेनने मात्र हात झटकले आणि म्हणाला, ''हे बघ जे शाळेत जातात त्यांच्यासाठी हे राखून ठेव. मला ते काही सांगू नकोस.''

नॅट त्या अनोळखी व्यक्तीकडे पाहून म्हणाला, ''तुमच्यासाठी उपयुक्त काही आहे का यात?''

नॅटची नवी नोंदवही- प्रॅक्टिकल सर्व्हेअर या शीर्षकाची- सॅमने पाहिली आणि त्याने याही बाबतीत नॅटला माहिती पुरवण्याचे मान्य केले. नौकानयनापेक्षा हे शास्त्र सोपे असे तो म्हणाला.

या अभ्यासात बीजगणिताचे पुस्तक नॅटच्या प्रथमच दृष्टीस पडले. नवी नोंदवही भरू लागली, 'बीजगणित आणि गणित.' सायक्लोपीडिआ अभ्यासूनही तो गणितावरची साद्यंत माहिती वहीत उतरवू लागला. मग पुन्हा एकवार त्याने खगोलशास्त्राचा- ॲस्ट्रॉनॉमीचा- अभ्यास केला.

पंचांग बनवणे त्याला येऊ लागले, तेव्हा त्याला सोळावे वर्ष लागले होते. चंद्र-सूर्याचे उदय-अस्त त्याला वर्षभर किंवा दहा वर्षेही आधी अचूक काढणे शक्य झाले होते. त्याला अतिशय आनंद झाला. १७८९ ते १८२३ या वर्षांचे सागरी पंचाग त्याने करायलाही घेतले.

दुकानात मुलासाठी कंपास खरीदण्यास आलेल्या एका इसमाने हे पंचांग पाहिले आणि नॅटला विचारले, ''तुझं वय रे काय मुला?''

''सोळा.''

''आश्चर्य आहे! अरे मग तू खरं तर हार्वर्डमध्ये शिक्षण घ्यायला हवंस!''

''नाही. कारण मी इथं करारानं बांधला गेलो आहे उमेदवार म्हणून.''

या इसमाने किंचित विचार केला. त्यालाही पेच पडल्यासारखा दिसला. एका चिटोऱ्यावर काही लिहून नॅटला ते देत तो म्हणाला, ''हे जवळ ठेव. हा माझा पत्ता. वर्ष-दोन वर्षांत इथून निघण्याचा प्रसंग आला तर मला कळव. माझ्या मुलांना शिकवणी ठेवीन तुझी. ती करून हार्वर्डला जाता येईल तुला. अरे सोळाव्या वर्षी पंचांग बनवलंस तू, काय सामान्य का आहे हे?''

त्यानंतर कैक दिवस नॅट बसल्याबसल्या कल्पनेने एक पत्र खरडीत असे :

माननीय मॉरिस साहेब,

आता मी मोकळा आहे. आता मला केम्ब्रिजला येऊन हार्वर्डमध्ये शिकता येईल. माझ्या उमेदवारीच्या करारातून मोकळे व्हायला कारण असे घडले की-

इथेच हे काल्पनिक पत्र थांबत असे, अडखळत असे. एकविसावे वर्ष लागेपर्यंत या करारातून मुक्त होण्याचा उपाय, मार्ग त्याला सुचत नव्हता आणि त्याला अजून संपूर्ण पाच वर्षे बाकी होती.

पाच वर्षे...

करार आणि हिशेबवहीत बंदिस्त

आणि एके दिवशी नॅटच्या नोकरीच्या दुकानी हॅब येऊन उभा राहिला. स्मितहास्य करीत. पायाखाली जणू झुलत्या जहाजाचे डेक आहे असा चालत आणि ओरडला, ''अ‍ॅ हॉय द शिप!''

नॅटला घट्ट कवटाळून थोपटल्यावर तो विचारू लागला, ''काय रे, गावात ध्वज-पताका लागल्या आहेत, त्या कशासाठी? कसला उत्सव आहे?''

नॅटने खुलासा केला, ''प्रेसिडेंट वॉशिंग्टन देशाच्या दौऱ्यावर आहेत. आज ते आपल्या गावी यायचे आहेत.''

हॅब हरखून गेला. त्याने घरातल्या माणसांची चौकशी केली. नॅटने त्याला सारे सांगितले. मेरी मजेत आहे, लिझा आता फार सुंदर दिसते, विल्यम नौकानयनाच्या शाळेत असतो, सॅमी आहे हुशार पण अभ्यास करीत नाही, लुईने स्वतःचे स्वतः दोन पायमोजे विणले आहेत–

''आणि बाबा? ते कसे आहेत?'' हॅबने विचारले.

नॅटला उत्तर द्यायला वेळ लागला. बाबांबद्दल काय सांगायचे? तो म्हणाला, ''आई गेल्यापासून त्यांचं काही बरं नाही.''

क्षणभर हॅबच्या मुद्रेवर व्यग्रता पसरली. उसासून त्याने ती झटकून टाकली. तो म्हणाला, ''तुझं हे दुकान बंद झालं की, आपण जोडीनं घरी जाऊ.''

नॅट चाचरला; म्हणाला, ''मला हॉजेसना विचारावं लागेल.''

''ते का?'' हॅबला नवल वाटले. मग त्याचे त्यालाच नॅटच्या उमेदवारीच्या करारपत्रकातले कलम आठवले असावे. तो विषादाने म्हणाला, ''जहाजावर पाऊल ठेवलं की, आम्हालाही घर तुटतं; पण निदान पुन्हा बंदराला लागलो की आम्ही

आमचे धनी असतो.''

हॉजेसनी नॅटला हॅबबरोबर घरी जाण्यास परवानगी दिली. रात्री घरीच राहायला मुभा दिली.

वाटेत हॅब म्हणाला, ''हे तुझे हॉजेससाहेब तसे स्वभावानं बरे दिसले; पण तरीही तुरुंग तो तुरुंग!''

नॅट म्हणाला, ''मी त्यावर सहसा विचारच करीत नाही.''

दुपारी प्रेसिटेंट वॉशिंग्टनची स्वारी गावातून गेली. खूप गर्दी जमली होती. मोठमोठे स्थानिक अधिकारी, नगरपिते, व्यापारी, मेकॅनिक्स, शिक्षक, विद्यार्थी, नाना पेशांची लहान-थोर माणसे त्यात होती. पडघम आणि कोंबड्यांच्या तालासुरात चित्रविचित्र गणवेशातल्या आघाडीच्या पलटणी ताठ चालत पुढे आल्या. तोफांची सलामी झाली. चर्चच्या घंटा घणघणू लागल्या. गलबला वाढू लागला आणि अश्वारूढ अशी प्रेसिडेंट वॉशिंग्टनची उंच, धिप्पाड मूर्ती धीम्या गतीने येताना दिसली. मागोमाग त्याची घोड्याची गाडी आणि सामानाची गाडी आली.

ओरडून ओरडून नॅटचा आणि हॅबचा घसा साफ बसला.

ती रात्र नॅटने आपल्या घरी घालवली. गावातला दारूकामाचा सोहळा पाहिला.

दुसऱ्या दिवशी प्रसिडेंट वॉशिंग्टन इप्सविचकडे आपल्या परिवारासह रवाना झाले. लवकरच हॅबही जहाजावर निघून गेला आणि नॅटने पुन्हा आपल्या कामाला जुंपून घेतले. दिवसा जमा-खर्च, रात्री आवडीच्या विषयांचा अभ्यास!

त्या दिवशीच्या दुपारी नॅटसाठी तो तरुण प्रिन्सिपिआची एक प्रत घेऊन आला. परंतु नॅट इतका गडबडीत होता की त्याला ते पुस्तक उघडून पाहायलादेखील वेळ झाला नाही. परंतु दिवसभर कामात व्यग्र असतानाही तो स्वत:शीच हसत होता. त्याने घाईघाईतच जेवण केले आणि तो त्याच्या खोलीमध्ये गेला आणि त्याने मेणबत्ती लावली. प्रसन्न चेहऱ्याने हसत त्याने ते पुस्तक उघडले. ते सगळे पुस्तक ज्योतिषशास्त्राविषयीचे होते!

त्याचा अपेक्षाभंग झाला. त्याने त्या पुस्तकाकडे पाहिले. परंतु तो त्यातील एक शब्दही वाचू शकला नाही. त्याला एवढेच समजले की ते सर्व पुस्तक लॅटीन भाषेमध्ये लिहिलेले होते. त्यानंतर दुसरी कल्पना त्याच्या डोक्यात लगेचच जन्माला आली. लॅटीन भाषा शिकायला असाही कितीसा वेळ लागणार आहे? तो प्रिन्सिपिआ वाचू शकला असता? शनिवारी जेव्हा डॉ. बेंटले परत आल्यानंतर तो त्यांना विचारू शकणार होता.

परंतु त्याची अजिबात थांबायची तयारी नव्हती. त्यामुळे त्याने हार्वर्ड विद्यापीठाचा पदवीधर असलेल्याला विचारले की लॅटीन भाषा शिकण्यासाठी किती दिवस लागतात?

एलीयस विल्सन म्हणाला, ''लॅटीन? ती भाषा बरीज जड आहे शिकायला.

मी शाळेत असताना त्या विषयाचा इतका धसका घेतलेला होता की मला स्वप्नातदेखील लॅटीन भाषाच दिसायची.''

नॅटने त्याला प्रिन्सिपिआच्या पुस्तकाची प्रत दाखवली. ''हे पुस्तक जर मला वाचायचे असेल तर मला किती काळ लॅटीन भाषा शिकावी लागेल?'' असे त्याने विचारले.

विल्सनने मात्र हात झटकले आणि तो म्हणाला, ''हे पुस्तक वाचता येईल एव्हढी लॅटीन भाषा शिकायची असेल तर किमान आठ वर्षे तरी लागतील. अर्थात तेसुद्धा एखाद्या चांगल्या शिक्षकाचे मार्गदर्शन लाभले तर.''

शनिवारी डॉ. बेंटले परतले आणि त्यांनी नॅटला विचारले, ''नॅट प्रिन्सिपिआ कशी वाटते आहे?''

''ते पुस्तक लॅटीन भाषेत आहे.''

''अर्थात.'' डॉ. बेंटले हसून म्हणाले, ''लॅटीन ही शास्त्रज्ञांची आणि बुद्धिमंतांची भाषा आहे. त्यामुळे ते परस्परांचे कोणतेही पुस्तक वाचू शकतात. अतिशय संवादी अशी भाषा आहे ती. काय वाटलं तुला?''

''जर तुम्हाला ती समजत असेल तरच ती संवादी, सोपी भाषा वाटेल. परंतु मला ती माहीतच नाही.'' नॅट नाखुशीनेच म्हणाला.

डॉ. बेंटली त्याच्याकडे रोखून पाहत म्हणाले, ''मी हा विचार खरंच कधी केला नव्हता.''

नॅट म्हणाला, ''मी लॅटीन शिकू शकलो असतो तर किती बरं झालं असतं.''

''अर्थात तू शिकू शकतोस. ही महत्त्वाची गोष्ट आहे. आज संध्याकाळी माझ्याकडे ये नॅट.''

त्या संध्याकाळी बेंटले म्हणाले, ''हे त्याचे व्याकरण, हा शब्दकोश आणि तुला तुझे बायबल माहीत आहे का?''

''हो सर, परंतु ते इंग्रजीमध्ये आहे.''

डॉ. बेटले म्हणाले, ''तुझ्या माहितीसाठी सांगतो ते लॅटीनमध्येसुद्धा आहे.''

त्याने लॅटीनमधील काही भाग उघडला. ''तुला चांगल्या प्रकारे माहिती आहे असा एखादा परिच्छेद निवड.''

नॅटने ते पुस्तक उघडताच त्यातील पहिला शब्द हा देवाचा, देवाचे नाव असलेला होता. डॉ. बेंटले यांनी त्याचाच अर्थ लॅटीनमध्ये उलगडणारा परिच्छेद दाखवला.

नॅट म्हणाला, ''यातील तीन शब्द मी नक्की सांगू शकतो. ते आपल्याच शब्दांसारखे आहेत. प्रिन्सिपिआ म्हणजे सुरुवात. सेरमो म्हणजे शब्द.''

डॉ. बेंटले मान हलवत म्हणाले, ''त्या सेरमोपासूनच आपला सेरमॉन हा

शब्द साकारलेला आहे.'' ते हसून म्हणाले, ''तुला लॅटीन शिकण्यात काहीही अडचण येणार नाही असं दिसतंय. लॅटीन ही भाषा शिकायला अजिबात अवघड नाही. त्याची सुरुवात थोडीशी अवघड असू शकते. जेव्हा तू वाचशील तेव्हाही ती समजून घेताना जरा जड जाऊ शकते.''

आपल्या खोलीत परत आल्यानंतर त्याने खोलीतल्या लॅटीन पुस्तकांवर एकवार नजर टाकली. त्याला जमणार होते का? तर तो प्रयत्न करून पाहणार होता. त्याने विचार केला की आयुष्यात आपल्याला कधी जर हार्वर्डला जाण्याची संधी आली तर आपल्याला अगोदर लॅटीन येणे गरजेचे आहे. सध्या जरी हार्वर्डमध्ये जाणे ही अशक्यप्राय गोष्ट वाटत असली तरीही आयुष्यात कधी कशी संधी येईल आणि काय होईल हे सांगता येत नाही. जर संधी आलीच असती तर तो त्यासाठी तयार राहिला असता.

प्रिन्सिपिआ वाचून त्याचा अर्थ लावू शकेल इतपत लॅटीन त्याला पुढच्या उन्हाळ्यापर्यंत येऊ लागले होते. आता तो जणू दोन भिन्न जगांमध्ये राहत होता. पहिले जग म्हणजे चॅन्डलेरी जिथे तो त्याची पुस्तके ठेवू शकत होता आणि तिथे तो जहाजावर लागणाऱ्या धातूच्या वस्तू आणि दोरखंड विकत होता. दुसरे एक वेगळेच विश्व होते जिथे तो न्युटनचे प्रिन्सिपिआ समजून घेण्याचा प्रयत्न करीत होता. अनेकदा तो दोन किंवा तीन वाक्यांचा अर्थ समजून घेण्यासाठी संपूर्ण संध्याकाळ घालवत असे.

एकीकडे सालेम एकसारखे वाढत होते. १७९० साल होते. स्वातंत्र्य मिळून पुरती दहा वर्षे उलटली नाहीत तोच त्याचा आकार मूळच्या दुप्पट झाला होता. आठ हजार रहिवासी या गावात नांदत होते. सालेमची जहाजे आता दूरदूरच्या समुद्रात वावरू लागली होती. रशिया, स्पेन, फ्रान्स, मुंबई, कलकत्ता ही नावे आता बंदराच्या बाजूला वारंवार ऐकू येऊ लागली होती.

असाच, बंदराच्या बाजूला काही कामानिमित्त फिरत असताना नॅटच्या कानी एक संवाद आला.

''ऐकलंत का तुम्ही, रोप्स अँड हॉजेसचं दुकान विक्रीला निघालं आहे म्हणे–''

''अच्छा! कोण विकत घेतं आहे ते?''

''सॅम्युअल वॉर्ड.''

''नक्की?''

''म्हणजे तसं खात्रीलायक कळलं नाही मला; पण मी ऐकलं की...''

बोलणारे दूर गेले. नॅट सुन्न होऊन चालत राहिला. ऊर मनस्वी धडाडत होता. संधी येत होती- त्याला हवी ती संधी येत होती! दुकान विकले तर

अनायासे रोप्स अँड हॉजेस कंपनीच्या करारातून तो मोकळा होणार होता. मग हार्वर्ड! सतरा वर्षे म्हणजे काही फार वय नव्हे. मि. मॉरिस म्हणाले होते, ''वर्ष-दोन वर्षांत इथून मोकळा झालास तर...'' आणि अजून वर्षही उलटले नव्हते.

तो दुकानी आला तो मि. रोप्स त्याची वाटच पाहत होते. ते कुठे बाहेर जायला निघाले होते. जाताना ते स्मित करीत म्हणाले, ''नॅट, नंतर मला आणि जोनाथन हॉजेसला तुझ्याशी थोडं बोलायचं आहे.'' आणि ते निघून गेले.

एकूण नॅटला वाटले, ऐकले ते खरेच होते!

त्याने मि. मॉरिसना पत्र लिहायला घेतले.

...रोप्स अँड हॉजेस दुकान विकीत असल्याने माझ्या करारातून मी मुक्त होत आहे. आता मी केम्ब्रिजला येऊन, तुमच्या मुलांना शिकवून हार्वर्डमध्ये शिक्षण घेऊ शकेन. गेले वर्षभर मी लॅटिन शिकत आहेच त्यामुळे...

कुणीतरी दुकानात शिरले. नॅटने लेखणी खाली ठेवली आणि तो उभा राहिला. दुकानात सॅम्युअल वॉर्ड आले होते. हेच दुकान विकत घेणारे होते.

वॉर्ड म्हणाले, ''बैस, बैस मुला. मी सहज आपलं येऊन जावं म्हणून आलो. तुझ्या कानावर आलं आहे की नाही कोण जाणे; पण हे दुकान मी विकत घेतो आहे.''

''हे दुकान तसं फार चांगलं आहे.'' नॅट अदबीने म्हणाला.

''दुकानाबरोबर एक चांगला हिशेबनीसही आम्हाला मिळणार ही विशेष आनंदाची गोष्ट आहे.'' वॉर्ड म्हणाले. ''हे दुकान आम्ही यावरच्या साऱ्या व्यवहारासह खरीदतो आहोत.''

नॅटच्या मुद्रेवरचे स्मित मावळले. या व्यवहारात आपला करारही आला! मुद्रेवर कोरडे स्मित आणीत तो म्हणाला, ''तेही उत्तम झालं, वॉर्डसाहेब. तुमच्या नोकरीत यायला मला आवडेल.'' आणि एकीकडे मेजावरचे अर्धवट लिहून ठेवलेले पत्र त्याने चोळामोळा करून केराच्या टोपलीत टाकून दिले.

''काय ते?'' वॉर्डनी विचारले. ''मी ऐकतो की, तू मोठा गणिती माणूस आहेस. तुझ्या एखाद्या महत्त्वाच्या गणितात मी व्यत्यय तर नाही आणला?''

''नाही, वॉर्डसाहेब.'' नॅट म्हणाला, ''गणित तसं छोटंच होतं आणि त्याचं उत्तरही मिळालं आहे मला.''

होय, उत्तर कळले होते. एकविसाव्या वर्षापर्यंत हा करारापोटचा बंदिवास! आणखी चार वर्षे दुकानाच्या हिशेबांतून मुक्तता नाही! आणि मग हार्वर्डला दाखल व्हायला लागते ती वयोमर्यादा टळून गेलेली...

सारे स्पष्ट तर होते.

जीवननौका

रात्री पुष्कळ उशीर झाला तरीही रोप्स आणि हॉज हे चॅन्डलेरीला परतले नव्हते. नॅटने दुकान बंद केले. रात्रीचे जेवण केले आणि तो वर त्याच्या खोलीमध्ये गेला. तो परतला तेव्हा एक विचार त्याच्या मनात चमकून गेला. लवकरच ही त्याची खोली राहणार नव्हती. तो वॉर्ड यांच्या घरी राहायला जाणार होता. ज्याला घर मानून तो पाच वर्षे राहत होता त्या खोलीकडे त्याने एकवार पाहिले. अचानक त्याच्या पोटात खड्डा पडल्यासारखे झाले.

कुणीतरी दारावर थाप मारली. हॉजेस आत आले. ''मी सॅम वॉर्डला पाहिले. तो म्हणाला तो येईल आणि तुझ्याशी बोलेल.''

नॅट कसनुसं हसत म्हणाला, ''होय. हॉजेस. त्याने लॉक, स्टॉक, बुक कीपर सारे काही आणले आहे.''

हॉजेस थोडंसं हसत म्हणाले, ''मी वॉर्डना आणखी एक गोष्ट सुचवली आहे. जर तुला योग्य वाटत असेल तर तू इथेच राहू शकतोस.''

''म्हणजे ही खोली सोडावी लागणार नाही?''

''जोवर तुला सोडावीशी वाटत नाही तोपर्यंत.''

नॅट चटकन खिडकीमध्ये जाऊन उभा राहिला आणि किनाऱ्यावरच्या बोटींकडे एकटक पाहत राहिला. काही क्षण गेल्यानंतर तो म्हणाला, ''मला इथेच आवडतं. इथून जे दृश्य दिसतं ते मला खूप आवडतं.''

हॉजेस म्हणाले, ''छान. तू इथेच राहणार असशील तर ते आम्हालाही आवडेल.''

जुलै महिना सुरू होता. नॅट त्याच्या लॅटीन अभ्यासात गढलेला. तितक्यात

लिझा दरवाजात उभी राहून हाक मारत होती. "मी आत येऊ का?"

"हो अर्थात लिझा. ये आत." नॅट चटकन उठला आणि तिला भेटण्यासाठी तिच्या जवळ गेला आणि तिला म्हणाला, "तुला एक गंमत माहितेय. वयाच्या आठव्या वर्षापासून प्रत्येक वर्षी तू गेल्या वर्षीपेक्षा अधिक सुंदर दिसायला लागतेस."

"हमम..." लिझाने जीभ चावली आणि तिचे डोळे नुसतेच भिरभिरू लागले. "मी आता १९ वर्षांची आहे. आठव्या वर्षांपासून एकोणीसाव्या वर्षापर्यंत." तिने अलगद एक उसासा सोडला. "तू पक्का गणिती किडा आहेस. आज शुभेच्छा देताना तरी तुझी ही आकडेमोड बाजुला ठेवायचीस ना. आठव्या वर्षापासून एकोणीसाव्या म्हणजे ११ वर्षे झाली. प्रत्येकवर्षी दुप्पट म्हणजे २२ झाली. बापरे.. म्हणजे मी २२ पट अधिक सुंदर दिसायला लागली आहे."

नॅट खळखळून हसला. "अगं, तू २०४८ पट सुंदर आहेस. दोन-चार-आठ-सोळा-बत्तीस-चौसष्ट-एकशे अठ्ठावीस-दोनशे छप्पन-पाचशे बारा-एक हजार चोवीस आणि दोन हजार अठ्ठेचाळीस!!"

"आणि पुढच्या वर्षी..?" लीझा म्हणाली.

"चार हजार शह्याण्णव पट सुंदर! आता मला सांग, तुझ्या दोन भुवयांच्या मध्ये आठी का आलेली आहे?"

"मला डेव्हीड मार्टीन आणि मेरी यांची काळजी वाटते आहे. डेव्हीडला तिच्याशी लग्न करायचंय हे तुला ठाऊक आहे का?"

नॅट डोळे मिचकावत म्हणाला, "परंतु तुला डेव्हीड आवडत नाही का?"

"अर्थात आवडतो. मस्त आहे तो. परंतु मेरी म्हणते की खलाश्यासोबत ती लग्न करणार नाही." तिच्या डोळ्यांत वेगळीच चमक होती. ती म्हणाली, "तू कल्पना तरी करू शकतोस का याची? समुद्रावरील कप्तानांच्या पाच पिढ्यांचे रक्त तिच्यात आहे. आणि तीच आता म्हणतेय की खलाश्यासोबत तिला लग्न करायचं नाही."

"कदाचित हेच कारण असावं तिच्या नकाराचं." नॅट म्हणाला. "तूच मला एकदा सांगितलेलंस आठवतंय? कधीकधी स्त्रियांना समुद्रामुळेच निराश व्हावं लागत असेल. कदाचित मार्बलहेडसंदर्भात पेपरात जे आलंय ते मेरीच्या वाचनात आलं असू शकेल. हे खलाश्यांचेच शहर आहे. इथे ६००० लोक, ४५९ विधवा आणि ८६५ अनाथ मुलं आहेत."

लिझा मान हलवत म्हणाली, "कदाचित याच गोष्टीने ती निराश झालेली असावी. त्यामुळेच आपण खलाश्यासोबत लग्न करू शकत नाही असं तिने मनाने घेतलं असावं आणि कारण तो कुठे आहे याचा शोध घेण्यातच बहुतांश आयुष्य खर्ची घालावं लागतं. तो कसा आहे याचीच चिंता लागून राहते. आणि

इतकं करून तो सुरक्षितपणे घरी आला तर मिळवलं सगळं... हे सगळं खरं असलं तरी नॅट तिचं डेव्हीडवर खूप प्रेम आहे रे.''

"मेरी सोबत याविषयी मी तिच्याशी बोलावं असं तुला वाटतंय का?''

"हो. प्लीज बोल. ती तुझं नक्की ऐकेल. कुटुंबातील खरे हुशार तू आणि विल्यम्स हेच आहात तिच्या दृष्टीने. ते खरंही आहे.''

नॅट म्हणाला, "केवळ गणितामुळे? ठीक आहे मी तिला सगळं गणितीय पद्धतीनेच समजावून सांगेन. तुला दोन अधिक दोन माहीत आहे ना.. याच पद्धतीने सांगेन.''

त्याच संध्याकाळी नॅट मेरीला भेटण्यासाठी गेला. तो उगीच इकडे तिकडे शब्दांची फिरवाफिरव करत बसला नाही. त्याने थेट विषयालाच हात घातला. "मी असं ऐकलंय की डेव्हीड मार्टीनला तुझ्याशी लग्न करायचंय म्हणून?''

मेरीने चमकून त्याच्याकडे पाहिले. "तो तुला काही म्हणाला का?''

"काहीही नाही. खलाश्यासोबत लग्न करायचं असेल तर तुझ्या त्याविषयीच्या भावना नक्की काय आहेत?''

"मी करणार नाही.''

"ठीक आहे.'' नॅट म्हणाला, "डेव्हीड तुला पुन्हा त्रास देणार नाही याची व्यवस्था मी लावेन. अनेक मुली आहेत कुणीतरी लग्नासाठी भेटेलच की त्याला. हेस्टर गिथेन ही तर एका पायावर तयार होईल डेव्हीडशी लग्न करायला. मी डेव्हीडला तसं सांगतो आणि तिच्यावर लक्ष दे म्हणतो.''

"नॅट बो-डिच्. डेव्हीडला असं काही सांगितलंस तर खबरदार!''

"मला त्यात काहीही अडचण वाटत नाही. शेवटी भाऊ असतातच बहिणींच्या मदतीला धावून येण्यासाठी. मी उद्या डेव्हीडला भेटेन. हेस्टरविषयीही बोलतो मी त्याच्याशी. क्षणाचाही विलंब न लावता तो तिच्या प्रेमात पडेल आणि तिच्याशी लग्नही करेल. त्यानंतर पुढच्या वेळी जेव्हा तो समुद्रसफरीवर निघेल तेव्हा त्याचे काय होईल याची काळजी तुला करत बसण्याचे काहीही कारण उरणार नाही.''

मेरीचा राग आता अनावर झाला. ती चिडून त्याला म्हणाली, नॅट, इथून निघून जा नाहीतर मी काहीतरी फेकून मारेन.''

नॅट म्हणाला, "हे बघ मी काही तुला घाबरत नाही. असाही मी निघालोच होतो.''

वॉर्डनी रोप्स अँड हॉजेसकडून दुकान विकत घेतले तरी नॅटची राहती खोली बदलली नाही. वॉर्डच्या परवानगीने आणि हॉजेसच्या कृपेने तो त्याच खोलीत राहिला.

याच काळात डेव्हिड मार्टिनशी मेरीचे लग्न झाले, त्या निमित्ताने कॅप्टन

बोर्डमनची मुलगी, लिझाची मैत्रीण, टपोऱ्या, निळ्या डोळ्यांची एलिझाबेथ हिच्याशी नॅटचा परिचय झाला. पहिल्या परिचयातच ती नुकतेच लग्न झालेल्या मेरीबद्दल म्हणाली, "मेरी खूप सुखी होईल. कारण तिला माहीत आहे सुखी कसं व्हायचं ते. सुखी व्हायला खूप सराव लागतो, नाही का?"

नंतर लिझा या एलिझाबेथबद्दल नॅटला म्हणाली, "एकेकदा काहीतरीच बोलून जाते ती. काहीतरी भयंकर, अनपेक्षित, खरं. मला तर वाटतं, जन्मतःच काही गोष्टी कळत असाव्यात तिला. नाहीतर काय! वय काय आणि बोलते काय!"

नॅटबद्दल एलिझाबेथ प्रत्यक्ष नॅटला म्हणाली होती, "आता तुम्हाला मुलगा कोण म्हणेल? भलतेच गंभीर आणि शिष्ट दिसू लागलात तुम्ही! बहुधा विद्वत्तेमुळे! लोक सांगतात, 'तुम्ही एवढे गणिती आहात की, तुमच्या कानातून आकडे सांडतात!' मला तर कुठे दिसत नाहीत ते आकडे सांडताना?"

त्या रात्री नॅटला राहती खोली विलक्षण एकाकी वाटली.

लिझाची एक चिठ्ठी देण्याच्या निमित्ताने मग पुन्हा एकदा एलिझाबेथ नॅटला भेटली. त्या वेळी रेव्हरंड डॉ. प्रिन्स तिथे होते,

लॅटिन ग्रंथ वाचण्याच्या कष्टाबद्दल नॅटशी त्यांचा वाद चालला होता. त्यांनी एलिझाबेथलाच विचारले, "तूच सांग गं, हा लॅटिन कशासाठी वाचत असतो?"

एलिझाबेथ गंभीर मुद्रा करून म्हणाली, "डोक्यात फार गडबड चालत असेल त्यांच्या; ती थांबावी म्हणून लॅटिन वाचत असतील– विरंगुळा म्हणून! आम्ही मुली नाही का मोजे विणीत?" आणि पळून गेली.

डॉ. प्रिन्सही या उत्तराने गडबडले. जाताना त्यांनी नॅटला म्हटले, "आज रात्री दुकान बंद झाल्यावर मला भेट. तुला काहीतरी दाखवायचं आहे."

रात्री डॉक्टर प्रिन्सनी नॅटला 'सालेम फिलॉसॉफिकल लायब्ररी' हे त्यांनी आणि आणखी काहीजणांनी दहा वर्षांमागे सुरू केलेले आणि जोपासलेले वाचनालय दाखवले. खूप नवनवीन शास्त्रीय पुस्तके त्यात होती. वाचनालय खासगी होते. फक्त सदस्यांनाच त्याचा फायदा घेता येई आणि सदस्यत्वाची वर्गणी होती सुमारे ५० पौंड!

ती ऐकूनच नॅट गळाठला. आज तर त्याची मिळकत अन्न-पाण्याव्यतिरिक्त शून्यच होती.

परंतु डॉक्टर म्हणाले की, सदस्यांच्या अनुमतीनेच त्यांनी नॅटला अपवाद म्हणून वाचनालयाचा फायदा घेऊ द्यायचे ठरवले होते.

नॅटच्या तोंडून शब्द फुटेना.

एकेक पुस्तके चाळताना त्याला डॉक्टर प्रिन्सकडून असेही कळले की, यातली पुष्कळ पुस्तके 'पिल्ग्रिम' या अमेरिकन प्रायव्हेटिअरने जिंकून विकलेल्या 'मार्स' या ब्रिटिश जहाजावरची होती. ती लिलावाने विकली तेव्हा डॉ. स्टर्न्सनी घेतली आणि त्यांच्याकडून आणून ती या वाचनालयामध्ये दाखल करण्यात आली होती.

नॅटच्या जुन्या स्मृती चाळवल्या गेल्या. टॉम पेरी, पिल्ग्रिम, एक शिलिंगावर विकत घेतलेली अटकळ, टॉम पेरीच्या मृत्यूची डॉ. स्टर्न्सकडून कळलेली वार्ता... निराशा...

घरी येऊन हर्षभराने लिझाला लिहिलेल्या चिठ्ठीत नॅटने लिहिले, ''लिझा, आज एक शिलिंग भरून घेतलेल्या माझ्या जुन्या 'अटकळी'ची वसुली मी सुरू केली...''

परंतु ही चिठ्ठी पुरी होण्याच्या आतच त्याला डेव्हिडकडून वार्ता कळली की, ''लिझा जिन्यावरून पडली... तिला फार लागलं आहे... डॉक्टरांनी तुला लागलीच बोलवायला सांगितलं.''

त्यानंतरचे अनेक दिवस, अनेक रात्री एखाद्या भयंकर स्वप्नातल्यासारख्या गेल्या. लिझाच्या जीवितासाठी शर्थीचा झगडा चालला होता. तिची प्राणज्योत मालवली तेव्हा तिचा हात हाती घेऊन, तिचा लाडका भाऊ नॅट तिच्या उशाशी बसून होता.

दफनविधी उरकल्यावर रात्री एकटाच तो बंदरावर गेला. थंडी बरीच भासत होती. त्याने हात कोटाच्या खिशांत खुपसले. हाताला चिठ्ठी लागली– लिझाला लिहून ठेवलेली. संथपणे त्याने ती बाहेर काढली. तिचे बारीकबारीक तुकडे केले. हळूवारपणे पाण्यावर सोडले. लाटाच्या ओढीसरशी ते वाहून जाऊन गडप होताना त्याने एकटक पाहिले; असाच तो 'अटकळी'चा कागद त्याने फाडून चिंध्या करून पाण्यावर सोडला होता आणि तेव्हा शेजारी लिझा होती. तिचे शब्द त्याला आठवले ऐकू आले, ''नॅट, असे डोळे किलकिले केले की, या चिंध्याच फुलासारख्या दिसतात... पाहा तर खऱ्या...''

नॅटने डोळे किलकिले केले, मुठी करकचून वळून पाण्याकडे पाहिले. ते धुरकट दिसू लागले तशी त्याने आभाळाकडे पाहिले. छे! तारेही धुरकटले होते. कसलाच आधार नव्हता.

मागे कुणाचा तरी शब्द आला, ''नॅट.''

नॅटने वळून पाहिले.

डेव्हिड.

''कशाला आलास तू?'' नॅट गुरगुरला.

“मेरीने पाठवलं. तिला काळजी वाटली.”

नॅट रुक्ष सुरात म्हणाला, “तिला म्हणावं, काळजी करू नकोस. तिला म्हणावं, मी खोलीवर जाऊन लॅटिन वाचत बसलो आहे. डोक्यात गडबड झाली की, ती शांत व्हायला लॅटिन उत्तम! मुली नाही का पायमोजे विणीत!”

डेव्हिडला दूर करून नॅट चालू लागला. डेव्हिड मुकाट्याने मागोमाग चालत होता. खूप वेळ दोघे चालत होते, एकेक निर्जन ठिकाणे तुडवीत होते. बर्फ तुडवीत होते.

अखेर ते दोघे नॅटच्या खोलीशी आले. नॅट म्हणाला, “आता तू जा, डेव्हिड. मेरीला सांग मी ठीक आहे.”

डेव्हिड म्हणाला, “नॅट, मी मेरीला सांगतो की, तू लॅटिन वाचणार आहेस म्हणून. बुद्धी वापरता येणारी तुम्ही माणसं भाग्यवान, नॅट. मला खात्री आहे की, तू स्वतःला सावरशील.”

डेव्हिड गेला.

खोलीत शिरून नॅटने वाचनालयातून आणलेले पुस्तक उघडले. शब्दांना कसले अर्थ उरले नव्हते. साऱ्या आकृत्या. अर्थहीन आकृत्या. या आकृत्यांतली लिझाच नाहीशी झाली होती. अर्थ हरपला होता.

नॅट निग्रहाने एकेक शब्द मोठ्याने वाचू लागला. तो वहीत लिहू लागला. पाने भरू लागली. पाने उलटली जाऊ लागली. उजाडले.

नॅट कामावर हजर झाला. बाहेर कडाक्याची थंडी होती. तो शेकोटी फुलवण्यात गुंतला होता आणि मागून शब्द आला, “नॅट–”

पाठोपाठ गार वाऱ्याचा एक मोठा झोत.

“दार बंद करून घ्या. कळत नाही एवढंही?” नॅट मागे न पाहता ओरडला.

“प्रयत्न करते आहे.” अस्पष्ट शब्द आले.

नॅट ताडदिशी मागे वळला.

एलिझाबेथ बोर्डमन.

वाऱ्याच्या झोताशी झगडत ती दरवाजा बंद करण्याचा प्रयत्न करीत होती.

नॅटच्या मनात आले, आता हिने लिझाचे नाव उच्चारले तर खून पाडीन हिचा इथल्या इथे! लिझाचे नाव उच्चारण्याचा कुणालाच हक्क नाही. लिझाच नाही–

त्याने दार कसेबसे बंद केले.

“थँक यू! नॅट.” एलिझाबेथ धूळभरल्या हाताने केस मागे सारीत पुटपुटली.

“काय काम आहे?” नॅटने विचारले. “इतक्या सकाळच्या तुम्ही इकडे कुठे?”

"तुमच्यासाठी काही आणलं होतं." ती म्हणाली. तिने नीटनेटके, बांधलेले एक पुडके पुढे केले. तेही धुळीने भरले होते. ती म्हणाली, "हे आमच्या माळ्यावर सापडलं, आता आधी दार जरा उघडा आणि मी गेल्यावर बंद करा. कुणी उठायच्या आत मला पुन्हा घरी पोहोचलं पाहिजे."

दरवाजा उघडला. बंद झाला.

खोलीत नॅट एकटा उरला होता.

त्याने पुडके सोडले.

ते पुस्तक होते. लॅटिनमधले.

मुक्तता

त्याच दिवशी नॅटला मि. नॅथन रीड यांचे बोलावणे मिळाले. नुकतेच त्यांनी सालेममध्ये औषधांचे दुकान थाटले होते. वैद्यकीशिवाय यंत्रविद्या आणि हिब्रू, फ्रेंच आदि भाषांतही ते बरेच तज्ज्ञ असल्याचा त्यांचा लौकिक होता.

त्यांच्याकडे नॅटला एक जाडजूड, भला मोठा ग्रंथ आढळला. तो फ्रेंचमध्ये होता. मि. रीड म्हणाले, ''हा तू वाचायला हवास; पण वाचणार कसा? तुला तर फ्रेंच येत नसणार.''

''पण येईल.'' नॅट आत्मविश्वास दर्शवीत म्हणाला आणि त्याने आपल्या लॅटिनच्या व्यासंगाबद्दल रीडना बरेच सांगितले.

त्याच्या गरजेनुसार रीडनी फ्रेंच शिकण्यासाठी त्याला फ्रेंचचे एक व्याकरण, एक शब्दकोश आणि फ्रेंच बायबल पुरवले. गावातल्या फ्रेडरिक जॉर्डीने नॅटला फ्रेंचचे धडे देण्याची इच्छा दर्शविली.

फ्रेड्रीक जॉर्डी दुकानामध्ये आला. ''बो-डिच्., मी असं ऐकलं की तुला फ्रेंच शिकायची आहे? आपण या संदर्भात एकमेकांची मदत करू शकतो. तू मला इंग्रजी शिकायला मदत कर. मी तुला फ्रेंच शिकायला मदत करतो. तू सुरुवातदेखील केलेली दिसतेस हा..?''

''मी आत्ता पहिले वाक्यच पाहत होतो.'' नॅट म्हणाला, '' पण त्यात मला इंग्रजीसारखेच समान दोन शब्द इथे आढळून आले. कम्मेन्समेंट आणि...

जॉर्डी त्याचं वाक्य मध्येच तोडत म्हणाला, ''त्याचा उच्चार असा नाही करत.''

''का नाही? जसे स्पेलिंग आहे तसाच उच्चार होणार ना.''

“परंतु फ्रेंचमध्ये कसा उच्चार केला जाईल हे तुला शिकायला हवं. हे बघ असं.” जॉर्डीने फ्रेंच पद्धतीने तोच शब्द बोलून दाखवला.

नॅट म्हणाला, “तू कसं बोललास ते मला काही कळलं नाही. हे फ्रेंच उच्चार फारच विचित्र आहेत.”

“अजिबात नाही. उलट इंग्रजी उच्चार विचित्र आहेत. आता हेच तीन शब्द पाहा. रफ, कफ, डफ. आता या तीनही शब्दांची पहिली अक्षरे पाहा आणि त्यांचे उच्चार कसे केले जातात ते पाहा.”

नॅट हसून म्हणाला, “मी मान्य करतो की इंग्रजीतले अनेक उच्चार विचित्र आहेत. परंतु मला फ्रेंच भाषा वाचता येईल अशी शिकायची आहे. त्यासाठी तू मला मदत करशील का. उच्चारांची चिंता नको करूस.”

“नाही रे बाबा. तू कसंही बोलताना मी ते ऐकूच शकणार नाही.”

नॅट म्हणाला,“ठीक आहे. मी कसे योग्य उच्चार करायचे हे देखील तुझ्याकडून शिकेन. मग तर झालं.”

न्यूटनचा ‘प्रिन्सिपा’ ग्रंथ, लॅटिनचा अभ्यास, फ्रेंचचा अभ्यास आणि डॉ. प्रिन्स यांच्या वाचनालयातले ग्रंथ यामुळे नॅटचा कंपनीच्या कामाव्यतिरिक्तचा वेळ भराभर जाऊ लागला.

डिसेंबर सरला. नवे वर्ष लागले. मोठे वादळ आले आणि तब्बल तीन दिवस सालेम गाव निम्मेशिम्मे बर्फात पुरले गेले होते. हे तीन दिवस दुकानाचे कामही नव्हते. निर्वेधपणे नॅट आपल्या आवडीच्या व्यासंगात एखाद्या तपस्व्यासारखा गर्क होऊन बसला होता. एखाद्याने स्वतःला दारूच्या प्याल्यात बुडवून घ्यावे तसा या व्यासंगात तो अधिकाधिक खोल शिरत होता.

हवा निवळली आणि एलिझाबेथ बोर्डमन त्याच्या भेटीला आली.

नॅट हसून म्हणाला, “आजची भवानी तुमच्या हस्ते होणार असं दिसतं! तुम्हीच पहिल्या गिऱ्हाईक! बोला, काय करू मी तुमच्याकरता?”

“बाबा वेस्ट इंडीजहून आता परत यायचे आहेत. ते नेहमी येताना माझ्याकरता काहीबाही आणतात. या खेपेला मी त्यांना काहीतरी द्यावं म्हणते. त्यांना नेहमी उपयोगाला येईल असं.”

“उत्तम!” नॅट म्हणाला, “कितीपर्यंत हवं?”

“त्याला फारसं महत्त्व नाही. मला हवं ते मी घेऊन यावं असंच आईनं सांगितलं आहे.”

“मग हे पॅरलल रूलर्स घ्या.”

“बाबांकडे हे याआधी असतील असं वाटतं तुम्हाला?”

“काय संशय! नाहीतर कसले कप्तान ते?” नॅट सात्त्विक संतापाने ओरडला.

आणि दिलगिरीच्या सुरात म्हणाला, "चुकलंच, ओरडलो ते. तुमच्यावर उगीच ओरडलो."

"त्याचं काही नाही–" एलिझाबेथ म्हणाली. "मी की नाही, अंधारात पायांत अडखळणाऱ्या खुर्चीसारखी आहे. दोष खुर्चीचा नसतो; पण तरीसुद्धा आपण मारतोच की तिला लाथ!"

"म्हणजे काय?" गडबडून नॅटने विचारले.

"तुमचा मेंदू– तो आमच्यासारख्यांच्या अज्ञानावर ठेचकाळतो आणि मग साहजिकच त्याला आम्हाला लाथ हाणण्याची इच्छा होते!"

नॅट कसाबसा सावरत म्हणाला, "असं होता कामा नये."

"हो." एलिझाबेथ म्हणाली. "कारण माणसं काही खुर्च्या नसतात, ती माणसं असतात. त्यांना भावना असतात."

नॅटने तिला पॅरलल रूलर्सचा उपयोग समजावून सांगितला. तो सांगतानाच पुन्हा तिच्या अंगावर न ओरडण्याचे वचन त्याने तिला दिले.

नंतरच्या काही दिवसांत टपोऱ्या डोळ्यांच्या एलिझाबेथला त्याने फार गोष्टी समजावून सांगितल्या. सेक्स्टंट्स, लॉग्ज, स्पायग्लासेस, डिव्हायडर्स...

अखेर मार्च महिना आला, तेव्हा एलिझाबेथने आपला निर्णय घेतला. वडिलांसाठी तिने एक दुर्बिण पसंत केली. ती विकत घेताना ती म्हणाली, "उद्या सकाळी मी आमच्या घराच्या गच्चीवर उभी राहीन आणि हिच्यातून समुद्रावर बाबांचं जहाज शोधीन."

"पण उद्याच ते येतील हे तुम्हाला काय माहीत?" नॅटने विचारले.

लाजेनं लाल होत एलिझाबेथने उत्तर दिले, "तुम्हा पुरुषांना समजावल्याशिवाय काही समजतच नाही. उद्या म्हणजे उद्यापासून दर दिवशी मी बाबांची वाट पाहणार आहे– ते येईपर्यंत!"

आणि ती निघून गेली.

खरोखर दुसऱ्या दिवशी एलिझाबेथच्या वडिलांचे जहाज बंदरातून दिसू लागले. नॅटला बातमी कळली की, या येणाऱ्या जहाजाने निशाण अर्धे उतरवलेले आहे.

याचा अर्थ? याचा अर्थ काय?

नॅटच्या घशाला कोरड पडली.

शेवटची वार्ता सॅमने आणली.

कॅप्टन बोर्डमन– एलिझाबेथचे वडील वेस्ट इंडीजमध्ये मृत्यू पावले होते.

बंदरात आणखी दोन जहाजे आल्याने नॅटचा तो सबंध दिवस दुकानात अत्यंत गडबडीत गेला. रात्री उशिरा त्याने दुकान बंद केले आणि नकळत तो एलिझाबेथच्या

मोठ्या, पांढऱ्या शुभ्र घराची वाट चालू लागला. घराशी येताच त्याने वर पाहिले; वर गच्चीत एलिझाबेथ उभी होती!

एलिझाबेथची वयस्कर नोकराणी मिन्नाने दार उघडले.

नॅट म्हणाला, "या वेळी मिसेस बोर्डमनना तसदी देण्याची माझी इच्छा नाही. मला त्यांच्या मुलीची भेट घ्यायची आहे."

नोकराणीने डोळे टिपले. भरल्या आवाजात ती कसंबसं म्हणाली, "ती पोर वर गच्चीवर जाऊन बसली आहे, ती खाली यायलाच राजी नाही. खूप प्रयत्न केले मी. खूप समजूत घातली. तुम्ही पाहा, ती तुमचं ऐकते का. तिच्या आईला अजून काही सांगितलेलं नाही मी तिच्याबद्दल."

नॅट वर निघाला. दार करकरून उघडून तो एलिझाबेथ होती, त्या गच्चीत उभा राहिला.

एलिझाबेथ सर्रदिशी वळली. त्याच्या समोर उभी राहिली. "मी येणार नाही!" ती अतिशय तप्त सुरात म्हणाली. "मी"– आणि गफलत तिच्या लक्षात आली. ती चाचरत म्हणाली, "कोण नॅट? नॅट... बरं झालं आलास ते." जवळची दुर्बिण तिने उराशी घट्ट कवटाळली. "आई म्हणते, असू दे ही माझ्याचजवळ."

"हरकत नाही." नॅट म्हणाला, "पण आता मी तुला दाखवणार आहे त्या गोष्टीसाठी ही दुर्बिण लागणार नाही. म्हणून ही ठेव अशी बाजूला." एलिझाबेथच्या हातून त्याने दुर्बिण घेतली, दूर ठेवली. करकचून चावलेला कोमल अधरोष्ठ एलिझाबेथच्या दाताखालून सुटला, थरथरत राहिला. नॅट म्हणाला, "मी तुला आज ताऱ्यांवरून वेळ कशी ओळखायची ते सांगणार आहे."

एलिझाबेथने क्षणभर ताऱ्यांकडे पाहिले. "हे वरून खाली दिसताहेत तेच का?"

"बरोबर दिसले आहेत तुला. आता हॅंडलच्या बाजुला डिपरच्या दिशेने दिसणारे तारे पाहा. त्यांच्यामधून जाणारी एक आणि तशीच खाली येणारी अदृश्य अशी रेषा पाहा."

"ती दुसऱ्या ताऱ्यामधून जात आहे."

नॅट म्हणाला, "तो उत्तरेकडील तारा आहे. तुझ्या क्लॉक फेसच्या मध्यवर्ती हा उत्तरेकडील तारा आहे असे तू मानलेस तर त्याच्या सभोवताली वर्तुळाकार स्थितीमध्ये जे तारे येतात त्यानुसार घड्याळाप्रमाणे तू वेळ सांगू शकतेस."

"त्यानुसार आता रात्रीचा १ वाजलेला आहे. बरोबर ना?"

"नाही हे घड्याळ थोडे मागे पळते. "

"मग अकरा वाजलेले आहेत का?"

"या मोठ्या डीपरला उत्तरेकडील ताऱ्याची प्रदक्षिणा पूर्ण करण्यासाठी २४

तासांचा कालावधी लागतो. त्यामुळे यात दिसणारी वेळ आणि प्रत्यक्षातील वेळ यात दोन तासांचा फरक असतो. हा महत्त्वाचा फरक लक्षात घेणे गरजेचे आहे.''

एलिझाबेथ म्हणाली, ''हे डोक्याला मुंग्या आणणारे आहे. म्हणजे आत्ता दहा वाजले आहेत का?''

''तुला छान लक्षात येतंय सगळं.'' नॅट म्हणाला.

एलिझाबेथला झोप येईपर्यंत त्याने तिला या बाबतीत कितीतरी माहिती पुरवली. तिच्या मनावरचा ताण अशा प्रकारे हळूवारपणे हलका केला.

मग त्याने तिला आपल्यासोबत खाली आणले. नोकराणीच्या हवाली केले.

''मिस्टर नॅट,'' त्याला दाराशी सोडताना नोकराणी गहिवरून म्हणाली, ''तुमचे आभार कसे मानू तेच कळत नाही. पोर खूप निवळली आहे आता.''

नॅट म्हणाला, ''आम्ही तारे पाहत होतो. असं आहे बाई, आकाशातले तारे फार वेळ पाहत राहिलं ना की, आपोआप आपले सारे विचार, चिंता, दुःखं हलकी होतात; अगदी क्षुल्लक वाटतात.''

नोकराणी पुटपुटली, ''मला अडाण्याला त्यात काय कळणार; पण तुम्ही केलंत ते फार चांगलं केलंत.''

''तुझ्या बुद्धिमत्तेच्या बरोबरीने तू एक माणूस म्हणूनदेखील खूप चांगला आहेस.'' नोकराणी मिन्ना म्हणाली.

नॅट थोडंसंच हसत म्हणाला, ''धन्यवाद, मिन्ना.''

''तू करारनाम्यावर इथे आलेला आहेस ना नॅट''

''होय मिन्ना.''

''जेव्हा तू या करारातून मुक्त होशील तेव्हा पुढे काय करायचं हे काही तू ठरवलं आहेस का?''

नॅट हसून म्हणाला, ''मी पहिल्यांदा एक फीफी आणि ड्रम भाड्याने घेईन आणि डर्बीच्या रस्त्यावरून एकट्याने संचलन करेन.''

मिन्ना मात्र या उत्तराने कोड्यात पडली. ''मी असं करणारा कुणीही पाहिलेला नाही. माझा भाऊ अशाच एका करारनाम्यावर बांधील राहून काम करीत होता. परंतु तो म्हणाला, जेव्हा तो मुक्त झाला तेव्हा खूप काहीतरी मोठे गमावल्यासारखे त्याला वाटत होते.

नॅट बाहेर पडला.

नॅटच्या डोक्यात दुकानी अलीकडे दोन वर्षे विचार येत, कराराची मुदत संपल्यावर, इथून बाहेर पडल्यानंतर पुढे काय? हॅब, विल्यम, डेव्हिड आणि अगदी अलीकडेच सॅमीही जहाजावरून सागरपर्यटने करू लागला होता. प्रत्येकाला 'त्याचे जहाज' नावाची एक हक्काची चीज होती. त्यांना कुठे ना कुठे त्यांचे

स्वतंत्र स्थान प्राप्त झाले होते. नॅट स्वतःला विचारी, आपले काय? आणि जाणवणारी पोकळी विसरण्यासाठी आकडेमोडीमध्ये मान खुपशी. मन किंचित व्यग्र असतानाही त्याचे हिशेब मांडून होत. हे यंत्राचे कसब गेल्या नऊ वर्षांत त्याने अवगत केले होते; पण पुढच्या नऊ वर्षांचे काय व्हायचे होते? की हीच यंत्रवत आकडेमोड पुढे चालू? निरर्थक आकडेमोडीतच आयुष्याची वजाबाकी होत राहायची होती काय?

एकविसावे वर्ष लागण्याआधी आठवडाभर नॅट खडबडून जागा झाला. माथ्यावर कसले तरी ओझे आहे असे त्याला भासले. त्याने खोलीभर एक दृष्टिक्षेप टाकला–

नऊ वर्षांचे वास्तव्यस्थान. इथे त्याने कित्येकदा डोळ्यांत गर्दी करणारे अश्रू आणि गळ्यापाशी दाटणारे हुंदके निग्रहाने मागे परतवले होते. कित्येकदा इथले एकाकीपण त्याला नुसते खायला उठले होते. कोवळेच तर वय आणि ना कुणी विचारपूस करायला, ना कुणी अंगावरून मायेचा हात फिरवायला. एकटे मीपण तेवढे सोबतीला. ओके ओके, भेडसावणारे आणि पुस्तके.

आठवडाभरात मुक्तता होणार होती, हा पिंजरा उघडणारा होता. नॅटला बाहेर ठेवून ही खोली बंद होणार होती.

मग कुठेही जा; काहीही करा.

नॅटला वाटले, नको ती मुक्तता. पुढची अमर्याद अनिश्चितता नको. त्यात आपल्यासाठी निश्चित स्थान, निवारा उभा करण्याइतके बळ आपल्या गात्रांत भासत नाही. मन कच खाते आहे. त्यापेक्षा पिंजराच बरा!

बंद दाराखालून कुणीतरी एक कागद सारून ठेवलेला नॅटला दिसला. नॅटने तो उचलला. त्यावर मजकूर होता,

प्रिय नॅट,

तू विसरला नसशीलच; पण तुझी कामाची मुदत संपायला आठवडाच उरला आहे. तुला या खोलीतच राहावेसे वाटण्याची शक्यता आहे. ही खोली तुझ्याविना सुनी वाटणार आहे. म्हणून, तुझी इच्छा असल्यास आणि ती असेतोवर, काहीही करीत असलास तरी, ही खोलीच तुझे घर मान. मानशील का?...

नॅट गहिवरला.

पुढे काय?

दिवस अधिकच कठीण आले होते. इंग्लंड-अमेरिकेची लढाई होती, तेव्हा अमेरिकन जहाजांना आपला सागरी हक्क वेळी प्रत्यक्ष लढून राखावा, प्रस्थापित करावा लागे. आता इंग्लंड आणि फ्रान्स अशी नवी लढत जुंपली होती आणि त्यात स्वतंत्र अमेरिकेच्या जहाजांची मधल्यामध्ये कुचंबणा चालू झाली होती. अमेरिकेने या लढतीत तटस्थ भूमिका घेतली होती आणि दोन्ही देशांशी सामोपचाराचे संबंध राखण्यासाठी प्रेसिडेंट वॉशिंग्टन झटत होते. यामध्ये मात्र अमेरिका दोन्ही देशांची शत्रू ठरली होती आणि अमेरिकन जहाजांवर फ्रेंच आणि ब्रिटिश अशा दोन्ही आरमारांकडून वाढते हल्ले होऊ लागले होते.

नॅटची उमेदवारीची मुदत संपण्याआधी दोन-तीन दिवस बेन मीकर एका वर्तमानपत्रातले अग्रलेखाचे कात्रण घेऊन नॅटकडे आला आणि म्हणाला, “हा संपादक योग्य तेच लिहितो. त्याने प्रेसिडेंट वॉशिंग्टनला खणखणीत जाब विचारला आहे, १७८९ मध्ये फ्रेंच क्रांतीच्या वेळीच फ्रान्सशी दोस्ती का केली नाहीत? ती करता तर आज फ्रान्सने इंग्लंडविरुद्ध आपल्याला मदतच केली असती, आज होतो तो उपद्रव झाला नसता.”

नॅट म्हणाला, “फ्रेंचांनी राजा मारला आणि नेपोलियन आणला. तो मला तरी राजाहून उजवा वाटत नाही.”

“तरीही आपण फ्रान्सच्या बाजूला असायला हवं होतं– निदान आपल्या फायद्यासाठी! या अग्रलेखातच पाहा हा संपादक म्हणतो–” बेन मीकरने कात्रण पुढे धरले.

“नको वाचू.” नॅटने बजावले. “मला ते ऐकायचं नाही. प्रेसिडेंटविरुद्ध

लिहिण्याचा या संपादकाला काय अधिकार? अमेरिकेत आज एकी हवी!''

मागे कोणीतरी चुकचुकले. नॅट वळला. डॉ. बेण्टले. मान हलवीत ते म्हणत होते, ''छे, छे! नॅट, प्रथम आपल्याला स्वातंत्र्य असल्याविना आपण खऱ्या अर्थाने स्वतंत्र होऊच शकणार नाही.''

''म्हणून काय खोटंही बोलायला, लिहायला मुभा असावी?''

''त्याचा अर्थ मतप्रदर्शनाचा हक्क. ज्याला त्याला हा हक्क असला पाहिजे. मानवी प्रश्न हे गणितातले प्रश्न नव्हेत, नॅट. इथं प्रत्येक प्रश्नाला अनेक उत्तरं आणि कुठलं बरोबर ते तत्काळ नक्की सांगता येत नाही.'' डॉ. बेण्टले उत्तरले.

''पण प्रेसिडेंटविरुद्ध लिहिण्याचा, बोलण्याचा हक्क लोकांना काय म्हणून हवा? ही म्हणजे भलतीच लोकशाही झाली!'' नॅट उद्‌गारला.

डॉ. बेण्टले म्हणाले, ''क्वचित लोकशाहीचा दुरुपयोग होतो म्हणून लोकशाहीच नाकारणं वा मर्यादित करणं खरं नव्हे. जे वाटतं ते लिहिण्या-बोलण्याचा हक्क सर्वांना राहिलाच पाहिजे. वर्तमानपत्रांना तर तो जरूर जरूर असला पाहिजे.''

नॅटने आपली चूक कबूल केली. नंतर डॉ. बेण्टलेनी नॅटला एका तात्पुरत्या नोकरीची कल्पना सुचवली. ते स्वतः आणि कॅप्टन गिबाउट असे दोघे मिळून सालेमचा सागरी सर्व्हे करणार होते. यासाठी नॅटची जरूर असल्याचे ते म्हणाले. काम तात्पुरते होते– थोड्या महिन्यांपुरते होते; पण यात नॅटच्या गणिती कसबाचा बराच उपयोग होण्यासारखा होता.

नॅटने हे काम स्वीकारल्याचे त्यांना सांगितले आणि तो मेरीला हे सांगण्यास गेला.

मेरी म्हणाली, ''सारेच दर्यावर्दी. तू तरी जमिनीवर किती आणि कसा राहणार? जा तूही. कोण कुठे आहे कोण जाणे! हॅब, विल्यम, सॅमी, डेव्हिड? तुम्ही जाता आणि मागे आम्हा बायकांचं काय होतं ते तुम्हाला सुचत नाही, कळत नाही. महिनोन्‌महिने वाट पाहायची. तुमच्या सुखरूपतेसाठी देवाची प्रार्थना भाकायची. इतकंच!''

''सारे सुखरूप असतील मेरी, सारे परत येतील.'' नॅटने धीर दिला.

''बायकांना काय वाटतं ते तुला कळणार नाही नॅट. तुम्ही तुमच्या पुरुषांना निरोप देता. त्यांचं जहाज सालेमच्या बंदरातून सुटतं... महिने सरतात... कधी कधी वर्षे सरतात... पण त्यांच्याकडून काहीच खबरबात येत नाही.''

योगायोग तरी पाहा! याला महिनाही उलटला नाही तो सॅमीचे जहाज बंदराला लागले. सॅमीशिवाय! तो वेस्ट इंडीजमध्ये तापाने फणफणून मरण पावला होता.

ती त्याच्याकडे रोखून पाहत म्हणाली, ''मला आश्चर्य वाटतंय या नंतर

कोण असेल?''

पुन्हा नॅट त्यावरील उत्तराचा विचार करू शकला नाही. इतर सर्वजण सुरक्षित होते असे तिला सांगून टाकावे असे त्याला वाटत होते. परंतु त्याला खात्री वाटत नव्हती. तो जेव्हा जेव्हा सालेमच्या सर्व्हेवर काम करीत असे तेव्हा तेव्हा तो समुद्रातील संकटांच्या अनेक कहाण्या ऐकत असे. प्रत्येक परतणारे जहाज जणू वाईट बातम्या घेऊनच परतत असे.

कॅप्टन वेअर घरी परतले. इंग्रजांनी त्याच्या जहाजाचा शोध घेतला होता आणि त्याच्या दोन लोकांना पकडले होते.

कॅप्टन रीड घरी परतला तेव्हाही तो हताश झालेला होता. एका फ्रेंच खलाश्यासोबत त्याचे भांडण झाले होते आणि त्यात त्याचे तीन लोक त्याला गमवावे लागले होते. ''त्यांनी अतिशय थंडपणाने आपली माणसे मारली. आमच्या जहाजावरील व्यापाराचे रक्षण करण्यासाठी काँग्रेस काय करणार आहे? केवळ फिलाडेल्फियामध्ये बसून या विषयी बोलत राहणार आहे का?''

कुणीतरी सांगितले की जॉन जे हा इंग्लंडमध्येच होता आणि तो आमच्या समस्या ब्रिटिशांसमोर आणण्याचा प्रयत्न करीत होता.

कॅप्टन गिबाउटला मात्र हे पटत नव्हते. तो म्हणत होता, ''असे विषय डिप्लोमॅट्स मार्गीच लावू शकत नाहीत. त्यासाठी आपल्या नौदलच हवे.

नोव्हेंबरमध्ये जॉन जे परतला. इंग्लंडसमवेत त्याने जे काही समझोते केले होते ते तो घेऊन आला होता. मात्र त्यातील अटी शर्ती ऐकल्यानंतर कॅप्टन गिबाउट मात्र चवताळून उठला. ''यालाच तू परस्परांमधील 'देवाण-घेवाण' म्हणतोयस का? अरे बाबा, याचा अर्थ आपण द्यायचे आणि इंग्लंडने घ्यायचे इतकाच होतोय. आणि ब्रिटिश आपली जहाजे शोधताहेत आणि आपल्या लोकांना मारताहेत त्याविषयी अवाक्षरही नाही? त्यामुळे या असल्या कराराचा आपल्याला काहीही उपयोग नाही. जोपर्यंत आपण समुद्रावर सत्ता गाजवतो अशी इंग्लंडची समजूत आहे तोवर आपल्याला त्यांच्याकडून त्रास होतच राहणार आहे. मला साधी केबीन बॉय बनण्याची क्षमता असेल तरीही मी पुन्हा समुद्रावर कधीही जाणार नाही.''

दोनच दिवसांनंतर सर्व्हेचे काम संपताच गिबाउटची नेमणूक एका डर्बीशिपवर करण्यात आली. तो हेन्रीला घेऊन जाण्याचा विचार करीत होता. मात्र एकेदिवशी त्याने अचानक विचारले, ''नॅट तू कधी समुद्रावर जाण्याचा विचार केला आहेस का?''

अनेक अनुभव लक्षात घेऊन नॅटने सावधपणे विचारले, ''मी ओढून ताणून पाच फूट पाच इंचाचा आहे. समुद्रावरील आयुष्य मला झेपेल असं तुला वाटतंय का?''

गिबाउट हसून म्हणाला, "जहाजावरील क्लार्क म्हणून तू नक्की काम करू शकशील. सुपरकार्गोमध्येही तू काम करू शकशील."

"काय फरक आहे दोन्हीमध्ये?"

गिबाउट म्हणाला, "मुख्यत: पगाराचाच फरक आहे. काम दोन्हीचे तसे सारखेच आणि तितकेच सोपे आहे. तुम्हाला फक्त गणितीय आकडेमोड करता यायला हवी. बंदरावर अनेक गोष्टी होत असतात. अनेकदा एक कार्गो विकली जाते दुसरी खरेदी केली जाते. पुढच्या बंदरावर पुन्हा ती विकली जाते आणि तिसरी नवीन घेतली जाते. परंतु या दरम्यानच्या काळात पुष्कळ मोकळा वेळ हातात असतो."

नॅट म्हणाला, "माझी वह्यापुस्तकं मी जहाजावर घेतली आणि मधल्या मोकळ्या वेळेत अभ्यास केला तर जहाजाच्या कप्तानाला ते चालेल का?"

गिबाउट रोखून पाहत म्हणाला, "तू शिकतो आहेस का? आणखी असं तुला काय जाणून घ्यायचं आहे? देशात कुणालाही येत नसेल इतकं गणित तुला आत्ताच येतंय असं डॉ. बेंटली सांगत होते. परंतु तरीही तुला अभ्यास करायचा असेल तर जहाजावर तू तुझी वह्यापुस्तके आणू शकतोस."

नॅट आनंदित झाला. गिबाउट आपल्याला हेन्रीमधून अर्थात डर्बी जहाजातून न्यायचे म्हणतो आहे का?

त्याच्या मनात विचारांचं वादळ उठलं. त्याने पुन्हा विचारलं, "तू मला तुझ्यासोबत जहाजावरील व्यापाराला न्यायचे म्हणतो आहेस का?"

गिबाउट गरजला, "मग मी कशाविषयी बोलतोय असं वाटलं तुला? हेन्रीवर क्लर्क म्हणून तू येतो आहेस. तुझ्या स्वत:साठी मी कार्गो स्पेसचीही परवानगी देतो. त्यामुळे तूसुद्धा काही विकण्यासाठी घेऊ शकतोस."

"मला किती जागा मिळेल?" नॅटने विचारले.

गिबाउट म्हणाला, "चांगली किंमत मिळेल."

नॅट म्हणाला, "मी जेव्हा सर्व्हेवरील माझे काम पूर्ण करेन. तेव्हा माझ्याकडे १३५ डॉलर्स असतील. मी एखाद्या व्यापारात ते गुंतवू शकेन का आणि तशी जागा मला उपलब्ध होईल का?"

"शंभर आणि..." असं म्हणून गिबाउट मोठ्याने हसला आणि म्हणाला, "काळजी करू नकोस. तुला जे नव्याने सुरू करायचे आहे त्यासाठी मुबलक जागा तुला तिथे मिळेल."

"या सगळ्याला व्हेंचर का म्हटले जाते याचे मला आश्चर्य वाटते." नॅटने विचारले.

त्यावर गिबाउट पुन्हा हसून म्हणाला, "कारण प्रत्येक व्हेंचरमध्ये धोका

असतो. कोणत्याही कार्गोमध्ये धोका असतोच. आपण जेव्हा बुर्बोनला पोहोचू तेव्हा आपल्या कार्गोसाठी याचना करणारे लोकही कदाचित सापडतील किंवा कदाचित आपण ज्यासाठी पैसे मोजले त्याच्या तीन पटीनेही विकावे लागू शकते. आणि कदाचित आपण जेव्हा तिथे जाऊ तेव्हा आपल्याकडे जे असेल त्यातील काहीच त्यांना नको असेल. कदाचित तिथे आठ-दहा जहाजे आपल्यापुढे अगोदरच पोहोचलेली असू शकतात. त्यामुळे कधी काय परिस्थिती उद्‌भवेल आपण सांगू शकत नाही.''

''मला माझे सगळेच्या सगळे १३५ डॉलर्स वाया नाही घालवायचे मग. निश्चितपणे विकले जाईल असे काही आहे का तिथे?''

गिबाउट म्हणाला, ''तुम्ही कशाचीही हमी देऊ शकत नाही. मॉन्सेअर बॉनेफॉयला याबाबतीत विचार तो तुला काही नक्की सांगू शकेल. तो बुर्बोनचा आहे आणि तो हेन्रीसोबत येतो आहे.''

दुसऱ्याच दिवशी नॅटने त्याची भेट घेतली.

''तिथे जाऊन कोणता व्यवसाय केलेला चांगला राहिल?''

''माझ्यामते तू काहीतरी कपड्यांशी संबंधित घ्यावे. कॉफी आणि साखर वगळता बुर्बोनमध्ये काहीही उत्पादन होत नाही. आम्ही आमच्या मातृदेशावर प्रत्येक गोष्टीसाठी अवलंबून असतो. सुरुवातीच्या क्रांतीच्या काळात फ्रान्स युद्धातच इतका व्यस्त होता की आमच्या गरजांकडे लक्ष द्यायला त्यांच्याकडे वेळच नव्हता. साधे चपला आणि बूटही घालायला नव्हते आमच्याकडे..''

''चपला आणि बूट? मी ते नक्कीच तयार करून चांगल्या किंमतीला विकू शकतो.'' नॅटला सुचले.

त्याने त्याची साठवलेली बहुतांश रक्कम चपला, बुटांसाठी खर्च केली. बुर्बोनच्या प्रवासाला निघण्यापूर्वी त्याची ऑर्डर त्याने देऊन ठेवली.

प्रवासामध्ये त्याने त्याची वही सोबत घेतलेली होती. त्याने तिचा पुन्हा एकदा अभ्यास केला. त्याने कॅप्टन गिबाउटकडून लॉगबुक आणली आणि ती लिहून काढली. लॉग कसे लिहिले जाते हे समजून घेण्यासाठी हा खटाटोप होता.

नॅट विचारात असता डेव्हिडची बोट बंदराला लागली आणि डेव्हिड नॅटला भेटला. नॅटला त्याने उत्तेजन दिले. मेरीकडे नॅटच्या वतीने रदबदली केली. तो म्हणाला, ''मरण काय, घरच्या घरीही येतं. त्याला जाऊ दे.''

नॅटने उत्साहाने सारी सज्जता केली. बुर्बोन बेटावर विकण्याकरता, माहीतगारांच्या सल्ल्याने, सर्व्हेपोटी मिळालेल्या जवळच्या पैशांची पादत्राणे खरेदी केली आणि अचानक कळले की, कॅप्टन गिबाउट 'हेन्री'चे सारथ्य करीत नाही; त्याचे व डर्बीचे काही बिनसले आहे! त्याच्याऐवजी कोण येणार समजत नव्हते.

जवळची पै न् पै तर पादत्राणांत गुंतली होती. माल जहाजावर होता आणि आता गिबाउटच एकंदर योजनेतून उणा झाला होता!

दुसऱ्याच दिवशी डर्बीच्या कचेरीतून नॅटला बोलावणे आले. तो तिथे गेला, तेव्हा काळ्याभोर डोळ्यांचा एक उंच, धिप्पाड माणूस डर्बीशी बोलत होता. नॅटच्या दुकानी तो कित्येकदा आला होता. तो होता कॅप्टन हेन्री प्रिन्स. त्याला पाहताच नॅटच्या मुद्रेवर स्मित पसरले. हा कॅप्टन प्रिन्स जोराने हसला की, दुकानातला माल गदगदा हले, हे नॅटला आठवले. त्या मानाने डर्बी त्याला शांत गृहस्थ वाटले. ते शांत तसे धोरणीही होते. या गुणावरच त्यांनी आपल्या जहाजांना प्रतिष्ठा प्राप्त करून दिली होती.

"नॅथानियल," नॅट समोर दिसताच ते म्हणाले, "कॅप्टन प्रिन्स. बुर्बोनच्या प्रवासापुरतं माझ्या 'हेन्री' जहाजाचं नेतृत्व हे करणार आहेत. त्यांचं व माझं असं स्पष्ट मत आहे की, जहाजावर तू हिशेबनीस कारकून म्हणून यावंस."

नॅटने संमती प्रदर्शित केली.

"केवळ कारकून नव्हे." कॅप्टन प्रिन्स म्हणाला. "सेकंड मेट म्हणूनसुद्धा! बंदर सुटलं की, क्लार्कचा काय उपयोग? आणि माझ्या जहाजावर मला निरुद्योगी माणसं नकोत."

नॅटने अर्थात हेही मान्य केले.

डर्बीनी कॅप्टन प्रिन्सला योग्य त्या सूचना दिल्या. ते म्हणाले, "माझ्या लेखी सूचना व्यवहार्य वाटणार नाहीत, तेव्हा खुशाल त्या झुगारून स्वतःच्या प्रज्ञेने वागा; परंतु दोन सक्त सूचना अशा : एक तर त्या त्या बंदराच्या कायद्यांना तुमच्याकडून बाधा येता नये आणि दुसरं म्हणजे माझ्या जहाजावरून गुलामांची वाहतूक होता कामा नये. कोणी तशी सक्ती केली तर लढा द्या; पण मान तुकवू नका."

नकळत नॅटने यावर टाळ्या पिटल्या. भानावर येत तो म्हणाला, "फार योग्य सांगितलंत तुम्ही, डर्बीसाहेब."

तिथून ते बाहेर पडले तेव्हाच कॅप्टन प्रिन्स आणि नॅटच्या दरम्यान स्नेहाचे धागे जुळले होते. निदान नॅटला तसे वाटले.

परंतु प्रत्यक्षात नॅट जहाजावर हजर झाला, तेव्हा त्याला आरंभालाच आश्चर्याचा एक धक्का बसला. कॅप्टन प्रिन्स आता दहा वर्षांनी वयस्कर वाटत होता. उग्र वाटत होता. त्याच्या कपाळी आठ्या होत्या. जिवणीवर करडेपणा होता. सुरात धार होती. हा कॅप्टन प्रिन्स डर्बीच्या कचेरीत पाहिला तोच उमदा माणूस काय, याविषयी नॅटला प्रश्न पडू लागला.

प्रत्यक्ष प्रवासात याचा खुलासाही त्याला मिळाला. एका जहाजाची, जहाजावरल्या

चित्रविचित्र स्वभावांच्या, प्रवृत्तीच्या माणसांची जबाबदारी दिवसाचे चोवीस तास आणि असे अनेक दिवस, क्वचित वर्ष-वर्ष शिरावर असणे ही सामान्य बाब नव्हती.

स्वतः नॅटला सेकंड मेटचे कामही कारकुनी जमा-खर्चाव्यतिरिक्त पाहावे लागत होते आणि याचा त्याला अनुभव नव्हता. हाताखालची कमी-अधिक परिचित माणसेही अपरिचितांसारखी वागत होती. कसलीच खात्री वाटत नव्हती. शारीरिक श्रमांपेक्षा मानसिक ताणाचाच थकवा अधिक भासत होता.

उत्तर अॅटलांटिकमध्ये जहाजाने प्रवेश करताच, नॅटने त्याआधी केवळ ऐकलेल्या 'रोअरिंग फॉर्टीज'नी जहाजाला तडाखा हाणला. जहाज कमालीचे पाणी घेत होते. अंगावर ओलेच कपडे, खायला थंडगार अन्नाचे गोटे. डेकवर राहणे धोक्याचे. खाली जाऊन बसणे अशक्य. खाली मोकळ्या हवेचे सर्व मार्ग, त्यावाटे पाणी येईल म्हणून बंद करण्यात आले होते आणि वातावरण कमालीचे कुबट झाले होते. इतके की, खाली पाऊल ठेवताच नॅटच्या पोटात कळमळे. नॅटला वाटू लागले, समुद्रावर यायला आपल्याला कुणी सक्ती केली होती? आपण का आलो? आणि कुणी का येते? एक वेळ कप्तानाचे समजता येईल; पण हे सामान्य खलाशी या बेभरवशाच्या समुद्रावर का आयुष्य घालवतात?

एका परीने नॅटला स्वतःपुरते याचे उत्तर मिळाले. हवा निवळताच त्याला त्याने दुकानाच्या उमेदवारीत केलेल्या नौकानयनाविषयीच्या, खगोलविषयीच्या अभ्यासाचा पडताळा पाहण्याच्या संधी लाभू लागल्या. त्याच्या गणिती कसबाने कॅप्टन प्रिन्सलाही विचार करायला लावले. जहाजावरच्या इतरांना, विशेषतः सामान्य खलाश्यांना तो सवडीनुसार आपल्या सागरी ज्ञानाची माहिती प्रात्यक्षिकांसह करून देऊ लागला. केवळ 'सेक्स्टंट' आणि आकडेमोड या साधनांनी जहाजाचे नक्की स्थान अक्षांश आणि रेखांशांनिशी काढणे, जहाजाच्या संबंधात उत्तर ध्रुवाचे स्थान ठरविणे इत्यादी अनेक गोष्टी तो या अज्ञान खलाश्यांना वारंवार समजावीत असे. एकदा सांगून त्यांना समजत नसे हे त्यांचे वैशिष्ट्यच होते. एकेकदा नॅट चिडचिडून जाई. ओरडे, "कितीदा समजावायचं तुम्हाला?" आणि मग त्याला एलिझाबेथ बोर्डमानचे ते उद्‌गार आठवत, "आम्ही सामान्य माणसं अंधारातल्या खुर्चीसारखी. पायांत अडखळलो की, तुझ्यासारखा चालणारा लाथ हाणणारच; पण दोष आमचा नव्हे हे तितकंच खरं." आणि मग तो शांत होई, पुनःपुन्हा समजावत राही. केबिनमध्ये परतल्यावर या सामान्य खलाश्यांना आपला कोठला युक्तिवाद पटला ते लिहून ठेवी. या उद्योगामुळे कॅप्टन, फर्स्ट मेट याहून अधिक तो या खलाश्यांतच अधिक मिसळू लागला.

एके दिवशी कॅप्टनने नॅटला बोलावून घेतले. त्याची मुद्रा उग्र आणि व्यग्रच

होती. त्याने विचारले, “मिस्टर बो-डिच्, तुमच्या ड्यूटीव्यतिरिक्तच्या वेळी तुम्ही जहाजावरच्या खलाश्यांना घेऊन काय करीत असता?”

“त्यांना जाणून घ्यायच्या असलेल्या अनेक गोष्टी त्यांना समजावून सांगतो.” नॅट नम्रपणे म्हणाला.

“त्यांना त्या समजतात, मिस्टर बो-डिच्?” कॅप्टनने एक भिवई उंचावून विचारले.

“अखेर समजतात.” नॅट म्हणाला. “त्यांना समजेल असं सांगितलं म्हणजे झालं.”

कॅप्टनने विचारले, “मिस्टर बो-डिच्, तुम्ही हा उद्योग का आरंभला आहे?”

क्षणभर नॅट स्तब्ध राहिला. नंतर म्हणाला, “सर, कदाचित असं असेल की, मला ज्यांनी या गोष्टी वारंवार समजावून सांगितल्या, त्या समजाव्यात म्हणून सर्व प्रकारची मदत केली, त्यांचं ऋण मी अशा प्रकारे फेडत असेन किंवा कदाचित, हे खलाशी इतके लायक आणि जिज्ञासू असल्यानेच मी त्यांची जिज्ञासा पुरविण्यासाठी यथाशक्ती झटत असेन.”

“मोठा चमत्कारिक उद्योग आहे हा तुमचा, मिस्टर बो-डिच्.” कॅप्टन पुटपुटला. “पण त्यामुळे या खेपेला जहाजावर खलाश्यांनी विशेष त्रासही दिलेला नाही. सारं कसं सुरळीत चाललं आहे. हेही खूप आहे. चालू द्या, मिस्टर बो-डिच्, चालू द्या.”

सालेमहून निघाल्यापासून तीन महिन्यांनी जहाजाने केप ऑफ गुड होप गाठले. पुन्हा हवा कमालीची बिघडली. तीन दिवस आणि रात्री जबरदस्त वादळात वाटचाल करावी लागली. पुन्हा एकवार ओले चिंब कपडे, अन्नाच्या गारगोट्या. ना झोप, ना स्वस्थता! नॅटच्या मनात आले, या विपरीत स्थानाला केप ऑफ गुड होप हे नाव कुणी आणि का दिले? त्याने शोध घेतला, तेव्हा त्याला कळले की, मुळात पोर्तुगीज संशोधकांनी त्या स्थानाला नाव दिले होते, “टेम्पेस्टुओसो’ – केप ऑफ स्टॉर्म्स; परंतु पोर्तुगीज राजाला ते नाव आवडले नाही. या स्थानावरूनच त्याला पूर्वेशी व्यापार वाढवायचा होता, म्हणून त्याने या स्थानाचे नवीन नामकरण केले, केप ऑफ गुड होप. नॅट स्वतःशी म्हणाला, नाहीतरी हेच नाव खरे. प्रत्येकालाच इथे आशा वाटते की, आपण यातून सुखरूप पार होऊ.

अखेर बुर्बोन आले. कॅप्टनच्या अंदाजापेक्षा लवकर आणि नॅटच्या अंदाजाबरहुकूम आले. प्रथमच नॅटच्या मनात त्याच्या मालाचा विचार आला– पादत्राणे. यामध्ये त्याने जवळचे सारे भांडवल गुंतवले होते. ही इथे खपतील की हा पहिलाच व्यापार अंगाशी येईल?

धुक्यात गुरफटलेले बुर्बोन अद्याप तरी या प्रश्नाचे उत्तर देऊ इच्छित नव्हते.

शोध

मॉनसेअर बॉनेफॉय हा घाईने डेकवर आला आणि कठड्यावर उभा राहिला.

..''बुर्बोन..'' त्याच्या तोंडून उद्गार बाहेर पडला. त्यानंतर मात्र त्याची बोटं अस्वस्थतेने आपटत म्हणाला, ''नाही नाही. मी हे विसरून चालणार नाहीत. क्रांती झाल्यापासून सारेकाही बदलून गेलेले आहे. आता ते बुर्बोन राहिलेले नाही. ते रियुनियन आहे. प्रत्येक माणसाला नागरिक म्हणून हाक मारायचे मला आता लक्षात ठेवायला हवे. मॉनसेअर नाही. मार्क्विस नाहीय... प्रत्येक माणूस हा नागरिक आहे फक्त!

ते किनाऱ्याजवळ पोहोचले तेव्हा हेन्रीची भेट घेण्यासाठी एक पायलट बोट तिथे आली. बुर्बोनच्या इथे किनाऱ्यावर कुठे लावायची हे त्याने सांगितले. नॅट त्याच्याशी फ्रेंचमध्ये बोलला. हार्बरमध्ये जाण्यासाठी त्यांना कधी परवानगी मिळेल असे विचारले. त्यावर पायलट म्हणाला, इथे हार्बर वगैरे काही नाही मॉनसेअर. पाऊफने सारे काही घेतले.

तो जे काही म्हणत होता ते कॅप्टन प्रिन्सला नॅटने सारे काही सांगितले.

प्रिन्स म्हणाला,''अरे देवा म्हणजे आम्हाला आमचा कार्गो रिकामा करावा लागणार.''

पायलटने सारी परिस्थिती नीट कथन केली. नॅटने त्याचे भाषांतर केले. ''आम्हाला कार्गो रिकामी करायला फारसा वेळ लागणार नाही. कॉफीची पिके हळूहळू तयार होत आहेत. आपण घाईने ते रिकामे केले तरीही परतताना आपल्याला वाट पाहावीच लागणार आहे. त्यामुळे सर्व काही सुरळीतपणे होईल चिंता करू नका.''

कॅप्टन प्रिन्सने विचारले, "तो अजूनही याला बुर्बोन असेच म्हणतो का?"

"होय. मी त्याला विचारले. तो म्हणाला, लोकांना याच नावाची सवय झालेली आहे. त्यामुळे ते बदलण्याचा इतक्यात तरी विचार नाही."

हेन्रीच्या जवळच आणखी एक अमेरिकन जहाज येऊन थांबले. कॅप्टन ब्लॅन्कार्ड तिथे आला. घराविषयी त्याच्याकडे अनेक प्रश्न साठलेले होते आणि त्याचबरोबर बुर्बोनमध्ये कसे रहायचे याविषयीचे अनेक सल्ले तयार होते.

"झालेली क्रांती लक्षात ठेवा. प्रत्येकाला नागरिक म्हणून हाक मारा. व्हीवे ला रिपब्लीक असेच म्हणा. मीसुद्धा हेच केले. आणि तुम्हाला माहितीये का काय झाले? ते फ्रेंच इतके खूश झाले की त्यांनी माझे वाईनचे संपूर्ण कार्गो खरेदी केले."

प्रिन्सने या सल्ल्याबद्दल त्याचे आभार मानले.

"अरे इतकं काही नाही. मला तुम्हाला मदत करताना आनंदच होईल. फक्त व्हीवे ला रिपब्लीक हे लक्षात ठेवा आणि तुमचा माल विकून टाका."

दुसऱ्या दिवशी कॅप्टन प्रिन्स, नॅट आणि मॉनसेअर बॉनेफॉय बाजारपेठेत गेले. जेव्हा ते उतरले होते तेव्हा बॉनेफॉय हा जो जो दिसेल त्याला हाक मारून 'बॉन जोअर, सिटोयेन' असे म्हणत होता.

लोक हसून शांतपणे उत्तर देत होते, "बॉन जोअर, मॉनसेअर."

नॅटच्या मते त्यांना क्रांती झाल्याने काळजी वाटत नव्हती असे नव्हते. किंबहुना त्यांना कशाचीही काळजी करण्याची गरज नव्हती. एखाद्या आजारपणातून बाहेर पडले असावेत अशा पद्धतीने त्यांच्या साऱ्या कृती दिसून येत होत्या.

पण याचे उत्तर मिळण्यासाठी नॅटला फार लांब जावे लागले नाही. तिथल्या उन्हाळ्यामध्ये जोरजोरात काम होऊच शकत नाही.

मॉनसेअर बॉनेफॉयला त्यांनी गुडबाय केले आणि त्यानंतर कमिटी ऑफ पब्लिक सेफ्टीच्या कार्यालयामध्ये त्यांच्या कार्गोला उतरवण्याची परवानगी मागण्यासाठी ते गेले. तिथे एक माणूस भेटला आणि त्याने दुभाषी म्हणून मदत करण्याची तयारी दर्शवली. फ्रेड्रीक जॉर्डीने त्याला फ्रेंच उच्चार शिकवले होते याचा त्याला आत्ता खूप आनंद झाला. प्रिन्सने नॅटच्या खांद्यावर थोपटत सांगितले की "आम्हाला दुभाष्याची गरज नाही."

कॅप्टन प्रिन्स वाट पाहत असताना आणि आराम करत असताना नॅटने सर्व व्यवसाय नीट हाताळला.

जेव्हा व्यवसाय स्थिरावला तेव्हा एक फ्रेंचमन म्हणाला, "कॅप्टन ब्लॅन्कार्ड विषयी तुम्ही काही ऐकले का मॉनसेअर?"

"त्याने आमच्यावर प्रभाव टाकायचा प्रयत्न केला. "व्हीवे ला रिपब्लीक"

असे तो ओरडायचा. अर्थातच त्याचा आमच्यावर प्रभाव पडला. आम्ही त्याच्या संपूर्ण वाईनच्या कार्गोसाठी प्रत्येक कास्कसाठी एक हजार लिव्हर्स द्यायचीही तयारी दाखवली. आम्ही ते खरेदीदेखील केले. पण त्याला माहीत नव्हते...'' त्यानंतर तो फ्रेंच माणूस मोठ्याने हसला. ''पण त्याला हे माहीत नव्हते की इथे प्रत्येक कास्कसाठी पाच हजार रुपयांनी वाईन विकली जाते.''

नॅटसुद्धा त्याच्याकडे पाहून हसला आणि म्हणाला, ''माझ्याकडे काही बूट आहेत विक्रीसाठी. व्हीवे ला रिपब्लीक!''

फ्रेंच माणूस हसला आणि त्याच्या खांद्यावर थोपटत म्हणाला, ''तुला बुटांसाठी प्रत्येकी ३५० लिव्हर्स नक्की मिळू शकतात.'' पुढे म्हणाला, ''अर्थात तू कुणावरही प्रभाव टाकायच्या फंदात पडला नाहीस तर.''

नॅटने वेगाने काही आकडेमोड केली. एक लिव्हर हे ३ सेंट्सच्या बरोबर होते. त्याची निम्मी जरी विक्री झाली असती तरीही त्याने जितका खर्च केला होता त्याच्या चौपट फायदा त्याला होणार होता.

दुसऱ्या दिवशी कार्गो रिकामे करण्याच्या दमवणाऱ्या कामास सुरुवात झाली. काही दिवसांत त्यांनी ७५ पेट्या खाली उतरवल्या. काही दिवस मात्र समुद्र उधाणलेला असल्याने त्यांना जहाजापर्यंत बोटी घेऊन जाण्यासाठी त्यांना त्या प्लॅस्टिकच्या कापडाने आच्छादून टाकाव्या लागल्या. काही दिवस तर मुसळधार पाऊसच आला त्यामुळे ते काहीही करू शकले नाहीत. जे काम अन्यत्र काही दिवसांत झाले असते त्यासाठी इथे एक महिना लागलेला होता.

जॉनीचा चेहरा दिवसागणिक चिंताक्रांत व्हायचा. तो म्हणायचा, ''मला आशा आहे, की पुन्हा नव्याने माल भरण्यासाठी इतकाच काळ लागणार नाही.''

पण तरीही लागलाच. कारण काही दिवस असे होते की लख्ख सूर्यप्रकाश होता. समुद्रही शांत होता. परंतु जहाजात भरण्यासाठी कॉफी तयार नव्हती. आणखी काही दिवस त्यांनी वाट पाहिली आणि मग जोरदार पाऊस सुरू झाला. नशीबाने साथ दिली असती तर सप्टेंबरमध्ये ते परतले असते.

प्रिन्सच्या चेहऱ्यावरची काळजी नॅटने टिपली परंतु ती कशामुळे होती याचे उत्तर काही त्याला सापडले नाही.

जवळजवळ महिनाभर बुर्बोनच्या किनाऱ्यावर 'हेन्री' नांगरून पडले होते. गेल्या वादळात धक्का धुपून गेल्याने माल थोडथोडा मचव्यांत उतरवून बंदरात न्यावा लागत होता. त्यात समुद्र अद्याप अस्थिरच होता; त्यामुळे अधूनमधून माल उतरवणे संपूर्ण बंद करण्याची वेळ येई. नवा माल पुन्हा चढवून घ्यायलाही असाच फार वेळ लागला. पावसाळा सुरू झाला होता. अखेर सप्टेंबरमध्ये जहाजाने एकदाचे बुर्बोन सोडले.

गुंतवलेल्या पैशांच्या चौपट रक्कम नॅटच्या हाती त्याचा स्वतःचा माल विकून आली होती.

नांगर उचलला जाताच कॅप्टन प्रिन्सचा मध्यंतरीचा उमदेपणा जादू झाल्याप्रमाणे पुन्हा मावळला. तो करडा आणि उग्र दिसू लागला.

त्या जहाजावरचे दिवस-रात्रीचे सारे कार्यक्रम ठरून गेले होते. बंदर सुटताच हिशेबाचे काम संपवून सेकंड मेट या नात्याने नॅट काम पाहू लागला होता. आता जहाजाच्या हालचाली बहुधा तोच ठरवू लागला होता. खलाश्यांना शास्त्र शिकविण्याचा त्याचा उपक्रमही पुढे सुरू झाला होता. सवडीनुसार तो जहाजावरच्या मूअरच्या नौकानयनाच्या पुस्तकाचा अभ्यासही करू लागला होता.

एका रात्री तो या उद्योगात असताना त्याला काहीतरी खटकले. त्याने मस्तक एकदा झाडले. डोळे चोळले, पुन्हा तेच! काहीतरी गफलत होती, नक्की! परंतु मूअरचे हे पुस्तक जगात सर्वश्रेष्ठ मानले जाणारे; यात चूक असेलच कशी? नॅटने दोनदा आकडे मांडून बघितले– छे! खात्रीने चूक होती! या शोधाने तो एवढा चक्रावला की, तसाच धावत कॅप्टन प्रिन्सच्या केबिनमध्ये आगाऊपणे दार न वाजवता शिरला.

कॅप्टन गडबडीने उठून उभा राहिला. "काय झालं?" त्याने घाबरून विचारले.

"मूअरच्या पुस्तकातल्या तक्त्यांतल्या एकात मला चूक सापडली!"

कॅप्टनने नॅटकडे हवालदिल नजर लावली. तो म्हणाला, "यासाठी एवढी धावपळ केलीस? यासाठी मला उठवलंस? कुठल्या तक्त्यात चूक आहे?"

नॅटने त्याला सांगितले.

कॅप्टन किंचित हसला. म्हणाला, "माननीय बो-डिच् महाशय, ते तक्ते मूअरनं बनवलेले नाहीत. ते इंग्लंडचा राजज्योतिर्विद नेव्हिल मास्केलाइन याने बनवले."

"कुणी का बनवेना!" नॅट म्हणाला, "त्याला माझा काय इलाज? चूक आहे ही गोष्ट खरी आहे. मी माझी खात्री करून घेतली आहे. मूअरने ते तक्ते जसेच्या तसे घेताना अशीच एक-दोनदा त्यांच्या अचूकपणाबद्दल खात्री करून घ्यायला हवी होती. ते त्याचं कर्तव्य होतं."

कॅप्टनने नॅटच्या हातच्या कागदावरच्या गिचमीड आकडेमोडीकडे पाहिले विचारले, "हा सारा खटाटोप एक चूक शोधण्यासाठी? असे त्या तक्त्यात दोन अडीच लाख आकडे आहेत. मूअर तरी काय काय तपासणार?"

नॅटने त्वेषाने विचारले, "का तपासू नये? गणित म्हणजे काही भोंगळ शास्त्र नव्हे. त्या तक्त्यांच्या अचूकपणावर माणसांची जीवितं अवलंबून असतात. अशा पुस्तकात चूक राहू देणं हा गुन्हा ठरला पाहिजे! ऐकलंत, कॅप्टन? या

आकड्यांना फार महत्त्व आहे!''

आपण ओरडतो आहोत हेही, ओरडायचे थांबेपर्यंत, नॅटच्या लक्षात आले नाही. त्याने जहाजावरची घंटा ऐकली.

''आठ टोले.'' कॅप्टन म्हणाला. ''मिस्टर बो-डिच्, तुमच्या माणसांची पाळी सुरू होत आहे. माणसांची जीवितं यावरही अवलंबून आहेत!''

नॅट वर निघून आला. तावातावाने डेकवर फेऱ्या मारू लागला आणि तापला तसा अचानक थंडही झाला. त्याला स्वतःचेच हसू येऊ लागले. कॅप्टन प्रिन्सचा यात काय दोष? त्याच्यावर आपण का ओरडलो, त्याला का त्रास दिला? नॅटने ठरवले, कॅप्टन भेटताच त्याची क्षमा मागायची.

आणि त्याच्या पाळीच्या अवकाशात कॅप्टन त्याला भेटलाच नाही. पाळी संपल्यावर स्वतःचे 'सेक्स्टंट' आणायला म्हणून तो कंदील घेऊन खाली गेला तेव्हा मूअरच्या पुस्तकावर एक चिठ्ठी ठेवलेली होती. तिच्यावरचे हस्ताक्षर कॅप्टन प्रिन्सचे होते. कॅप्टनने लिहिले होते,

चालू द्या, मिस्टर बो-डिच्! आगे बढो! मूअरच्या आणखी चुका शोधून ठेवा. अमेरिकेला पोहोचताच या पुस्तकाच्या अमेरिकन प्रकाशकाला गाठून चांगला हासडू.

ताऱ्यांवरून वेळ आणि जहाजाचे स्थान शोधण्याच्या त्या काळच्या पद्धतीत, याच सफरीत नॅटने एक नवीन तोड शोधून काढली. चंद्र एखाद्या ठळक ताऱ्याजवळून जाई, तेव्हा 'सेक्स्टंट'च्या साहाय्याने त्यातले अंतर आणि कोन जोखून त्यावरून या गोष्टी पक्क्या ठरवण्याची मूळ पद्धत; परंतु एकेकदा चंद्र जवळ येई, तेव्हा तारा निष्प्रभ आणि दिसेनासा होई किंवा एखादा ढग त्यावर रेंगाळे. नॅटने जवळपासच्या तीन ताऱ्यांपासून चंद्राचे स्थान मोजून गणिताने जहाजांची जागा निश्चित करण्याची पद्धत शोधली.

नॅटच्या डोक्यात अचानक ही कल्पना आली. तो खाली धावत गेला आणि दुसऱ्यांदा रात्रीच्या वेळी प्रिन्सच्या केबीनमध्ये परवानगी न घेता घुसला होता.

प्रिन्स झोपलेलाच होता. परंतु एका क्षणात तो जागा झाला आणि म्हणाला, ''काय झालं?''

''लुनार्ससाठी एक नवा मार्ग दिसतोय. डेकवर ये लगेच. जितक्या लवकर येता येईल तितक्या लवकर.'' त्याने दार धाडकन लावून घेतले आणि पुन्हा वर आला. त्याला वर आल्यावर लक्षात आलं की तो साधं 'सर' सुद्धा म्हणालेला नव्हता. प्रिन्स लवकरच वर आला. नॅट घाईघाईने सांगू लागला. ''तारे दिसण्यासाठी चंद्राची वाट पाहत राहण्यात काही हशील नाही. परंतु चंद्राच्या समवेत असणाऱ्या

तीन ताऱ्यांचा वेध आपण घेतला आणि त्यानुसार आपली जागा निश्चित केली तर? उदाहरणार्थ, आत्ता आपण या दोन्हींच्या मध्ये....''

कॅप्टन प्रिन्सने त्याला मध्येच अडवले. ''थांब.'' त्याने निरोप पाठवला. ''कॉलिन्स, वाऱ्याप्रमाणे चला. जहाज रोखा आणि स्थिर राहा.''

लवकरच ते नव्या पद्धतीने ताऱ्यांचा माग घेऊ लागले. त्याने ताऱ्यांचा गणितीय पद्धतीने अभ्यास सुरू केला आणि त्याची पद्धत यशस्वी ठरत असल्याचे दिसून आले. नॅटचा चेहरा उजळला. तो म्हणाला, ''पाहिलंत.. याला गणित म्हणतात. ते तुम्हाला अचूक उत्तरच देणार.''

प्रिन्स म्हणाला, ''होय. नॅट आणि आता कृपया आज रात्री नवे काही शोध नको.''

नॅट खळखळून हसला आणि पुन्हा वर गेला. त्याचा उत्साह ओसंडून वाहत होता.

जहाज बंदराला लागले, तेव्हा धक्क्यावर उतरताना कॅप्टन प्रिन्सने नॅटची पाठ थोपटून म्हटले, ''छान झाला प्रवास, नॅट! तूही कमाल केलीस!''

एखाद्या लहान मुलाच्या जिवणीवरचे मोकळे स्मित कॅप्टन प्रिन्सच्या मुद्रेवर तरळले होते.

नॅटही आनंदात होता. त्याला त्याचा पगार मिळाला होताच. शिवाय पादत्राणांच्या धंद्यात त्याने मिळवलेले पाचशे डॉलर्स जवळ होते. याव्यतिरिक्तही प्रत्यक्ष सागरी प्रवासाने त्याचे ज्ञान पडताळण्याला आणि नवनवीन कल्पना शोधण्याला त्याला मोठीच संधी मिळाली होती आणि तिचा त्याने पुरेपूर उपयोग करून घेतला होता.

जमिनीवरून चालताना त्याच्या लक्षात आले की, आपण आताही जणू झुलत्या बोटीचे डेक पायातळी असल्यासारखे चालत आहो. त्याला गंमत वाटली.

उत्तर ॲटलांटिकमधले 'रोअरिंग फॉर्टीज', बुर्बोनच्या बाजूचा विलक्षण उकाडा, वादळाशी झगडण्यात गेलेल्या दिवस-रात्री, सारे आता खूप जुने वाटत होते.

एक ठेंगणी आकृती घाईघाईने त्याच्या दिशेने येत असलेली त्याला दिसली.

''डॉक्टर बेण्टले!'' तो हात हलवीत ओरडला.

परंतु डॉक्टरांच्या मुद्रेने तो हबकला. मुका झाला.

''नॅट,'' डॉक्टर जवळ येऊन म्हणाले, ''ताबडतोब मेरीकडे चल. डेव्हिड आणि त्याच्याबरोबरचे खलाशी, सारे तापाने मरण पावले.''

एकोणीस तोफा

डेव्हिड आणि त्याच्याबरोबरचे खलाशी, सारे तापाने गेले! मेरीला काय सांगायचे? तिच्याशी काय बोलायचे, कसा धीर द्यायचा तिला? मेरीच्या घराकडे भराभर चालतानाच नॅटच्या डोक्यात विचारांचा कल्लोळ उठला होता.

नॅटला पाहताच मेरीचे डोळे भरून आले. त्याच्या छातीवर कपाळ टेकवून तिने चेहरा लपवला. म्हणाली, ''नॅट, तू सांगितलं असतंस तर डेव्हिडशी लग्न केलं नसतं मी!''

नॅटला हे मान्य होते. तेच तर त्याला असह्य होत होते.

मेरी पुढे म्हणाली, ''तुला दुवा द्यायला हवा, नॅट. अरे तू मला हे लग्न करायला लावलंस म्हणून मी डेव्हिडच्या सहवासात, काही काळ का होईना, या गावातली एक अत्यंत सुखी स्त्री झाले होते. लोक माझा हेवा करीत, मिळालं ते सुखही काही कमी नाही. ते जपायचं तरी दहा जन्म जातील...''

नॅट संयम करीत होता.

''नॅट, आता एकच कर.'' मेरी बोलत होती, ''बैस इथे असा आणि तुझ्या प्रवासाची सारी सारी हकिगत मला सांग, माझ्या या छोट्या बछडीला आणि या आपल्या लुईलाही; अगदी डेव्हिड सांगत असे तसं सांग. डेव्हिड सारं खूप रंगवून सांगायचा. वाटायचं की आपणच समुद्रावर आहोत.''

नॅट बोलू लागला. जेवणे संपली तरी तो बोलत होता. तीन-साडेतीन तास उलटले तरी तो बोलत होता. कुणीतरी आले म्हणून लुईने दार उघडले. एलिझाबेथ बोर्डमन तिच्या पुतणीसह आत आली.

नॅटला पाहत ती म्हणाली, ''मला - मला वाटलंच होतं, इथं असशील असं.''

एलिझाबेथची मिस्कील पुतणी पोली म्हणाली, "मला ही म्हणत होती, मेरीताईला भेटायला जाऊ या म्हणून; पण हे निमित्त होतं तर!"

एलिझाबेथ लाजून म्हणाली, "चल! पोरकट कुठली!"

पोली म्हणाली, "आणि तू आलीस मोठी काकूबाई! सोळावं तर लागलं आहे तुला आणि मला आता लवकरच लागेल."

दोघीही हसल्या.

मग नॅटने पुन्हा एकदा, सांगून झालेली हकिगत एलिझाबेथ आणि पोलीला ऐकवली. त्यानंतर ती पुरी करून तो पोली आणि एलिझाबेथबरोबर त्यांना पोहोचवण्यासाठी एलिझाबेथच्या घरापर्यंत गेला. तिथून डॉक्टर बेण्टलेंकडे. डॉक्टरांनी त्याला देशोदेशींचे अद्ययावत वर्तमान विस्ताराने ऐकवले. ते ऐकताना नॅटला हॅबचे शब्द स्मरत होते : 'प्रवासाहून घरी परत आलो की वाटते, जणू मधले सहा महिने झोपीच गेलो होतो!'

अमेरिका-इंग्लंड संबंध अद्याप सुधारले नव्हते. फ्रान्सशीही दिवसेंदिवस वाढते शत्रुत्व निर्माण होत चालले होते. परिस्थितीच होती तशी किंबहुना अधिकच वाईट होती.

थोड्याच दिवसांत नॅट आणि कॅप्टन प्रिन्सला बोलावून घेऊन डर्बीनी त्यांना नव्या प्रवासाची कल्पना सांगितली. या वेळी जहाज असणार होते "आस्ट्रिआ." डर्बीच्या याच नावाच्या जुन्या जहाजाने बावीस दिवसांच्या अल्पावधीत पॅरिसहून शांततेची वार्ता घेऊन अमेरिकेला पोहोचण्याचा विक्रम केला होता आणि हे नवीन 'आस्ट्रिआ'ही एका नवीन विक्रमावरच निघणार होते. हे जहाज घेऊन प्रिन्स आणि नॅटने मनिला बंदराकडे जावे अशी डर्बीची इच्छा होती. त्या बंदराला लागणारे सालेमचे पहिलेच जहाज ठरणार होते.

मनिला! म्हणजे निम्म्या जगाचा फेराच!

डर्बी प्रिन्सला म्हणाले, "या जहाजावर एकोणीस तोफा असणार आहेत कॅप्टन. तुमच्या खलाश्यांपैकी कोणी प्रायव्हेटिअरवर किंवा लेटर ऑफ मार्क जातीच्या जहाजावर मागे कधी राहिले असतील तर तुम्हाला वेळप्रसंगी या तोफांचा उपयोग होईल."

नॅट सावधचित्त झाला.

"मनिलाआधी कोणती बंदरं घ्यायची?" प्रिन्सने विचारले.

"दोन बंदरं. लिस्बन. इथे माल उतरवावा लागेल; त्यापुढे मडेरा बेटांवर फुंचाल इथे. त्यानंतर थेट मनिला."

बुर्बोन बेटावर नॅटला त्याच्या फ्रेंचच्या ज्ञानाचा फार उपयोग झाला होता.

कॅप्टनबरोबर बाहेर पडताच नॅटने विचारले, "मनिलामध्ये कोणती भाषा बोलतात?"

प्रिन्सने थांबून नॅटला न्याहाळले. म्हणाला, "स्पॅनिश. तीही भाषा शिकण्याचा तुझा विचार आहे की काय?"

"का नसावा?" नॅटने उलट विचारले. "आहेच."

प्रिन्स ओठांवरून एकदा प्रयासाने जीभ फिरवीत म्हणाला, "चालू द्या मिस्टर बो-डिच्! आगे बढो!

काही दिवसांनंतर नॅट आता स्पॅनिश भाषा शिकण्याची तयारी करू लागला. त्याच्याकडे त्या भाषेचा शब्दकोश, व्याकरण आणि नवीन पुस्तक होते. त्याने त्यातील जॉनचे पहिले प्रकरण उघडले. त्याने इंग्रजीत ते शब्द बोलण्यास सुरुवात केली. त्याने त्या वाक्यांचा स्पॅनिशमधील अर्थ व उच्चार पाहायला सुरुवात केली. नॅटला हसू आले. ही शिकण्यासाठी सर्वांत सोपी भाषा असेल असे त्याने मनाशी ठरवले. कोणतीही अडचण न येता वाक्यातील प्रत्येक शब्दाचा अर्थ त्याला लागत होता.

मार्च महिन्याच्या अखेरीस मेरीने त्याला विचारले, "या शुक्रवारी तू व्यापारासाठी जाणार आहेस का, नॅट?"

नॅट तिला चिडवण्याच्या हेतूने म्हणाला, "शुक्रवारविषयी तुझी काही अंधश्रद्धा तर नाही ना?"

"अरे, शनिवारी तुझा वाढदिवस आहे. आणि शुक्रवारी जर तू समुद्रावर गेलास तर.. "

तिच्या डोळ्यांत तरळणाऱ्या कल्पना नॅटला दिसत होत्या. तो म्हणाला, "ओह.. नको. प्लीज कुणालाही सांगू नकोस की शनिवारी माझा वाढदिवस आहे म्हणून."

"का नको?"

"मला जहाजावर असे वाढदिवस साजरे करायला आवडत नाहीत."

"का? ते काय करतील?"

"काहीतरी विचित्र करतील. कदाचित मला पाण्यात बुडवतील किंवा माझ्या डोक्यावर काही बादल्या ओतून मला पूर्ण भिजवतील. त्यामुळे वाढदिवस साजरे करणे नको. प्लीज."

त्याचा वाढदिवस गुप्त राहिल असे आश्वासन मेरीने त्याला दिले. त्याने तिचे चुंबन घेतले आणि खाली येऊन तो आस्ट्रिआमध्ये कशापद्धतीने माल भरला जातो आहे हे तो पाहू लागला.

दरम्यान, तिथे कॉलिन्स आले. विनोदी पद्धतीने म्हणाले, "तू आणि तुझं ते शिकवणं.."

"माझ्या शिकवण्यात काय चूक झाली?"

"कीलरसह आपण आपली चार माणसे मोजायची राहिली."

नॅट गंमतीने म्हणाला, "कीलर असाही तुम्हाला त्रासदायकच ठरणारा होता. त्यामुळे सुंठीवाचून खोकला गेला नाही का?"

"होय तो होता खरा. परंतु कीलरला बंदुकांची माहिती होती. त्यामुळे तू आणि तुझ्या शिकवण्याच्या प्रकारामुळे आपण चार लोक घालवून बसलो आहोत."

"त्यांच्यासाठी चांगलंच आहे की."

कॉलिन्स म्हणाला, "आणि आपलं काय?"

"आपल्याला त्यांच्या जागी नवे लोक घ्यावे लागतील."

"बरोबर. असंच हवं. तुला माहितेय का कीलरची जागा आता कोण घेणार आहे? लेम हार्वे."

नॅट खूश झाला. तो लेम हार्वेला चांगला ओळखत होता.

"त्याची निवड का केली?"

"कारण त्याला अनुभव आहे. त्याला बंदुकींची माहिती आहे. आपल्या फ्रेंच लोकांसमवेत काही अडचण आली तरीही त्याची मोठी मदत होऊ शकेल."

"आणि जर आपल्याला फ्रेंच लोकांचा काही त्रास झाला नाही तर?" नॅटने विचारले.

"आपल्याला लेमचा त्रास होईल. मला फ्रेंच लोकांचा त्रास झालेला परवडेल."

तेवढ्यात नॅटसाठी एक पत्र घेऊन एक मुलगा तिथे आला.

प्रिय नॅट,

तुझ्या प्रवासासाठी तुला खूप शुभेच्छा. आस्ट्रिआ जेव्हा सागरसफरीला निघेल तेव्हा मी कॅप्टन्स वॉकच्या इथून तुला पाहत असेन.

एलिझाबेथ.

शुक्रवारी सकाळी नॅटने मोठ्या पांढऱ्या घराच्या दिशेने पाहिले तेव्हा तिथे कॅप्टन्स वॉकजवळ एलिझाबेथ उभी असलेली त्याला दिसली. तिने खाली येत असल्याची खूण केली. काही वेळातच ती बाहेर आली आणि त्याला येऊन भेटली.

"तू थंडीने कुडकुडते आहेस. तू चांगलीच गारठलीयेस." नॅट तिला म्हणाला.

"मी गारठलेली नाही. मला भीती वाटतेय." ती पुटपुटली. तिचे जांभळ्या रंगाचे डोळे नेहमीपेक्षा मोठे दिसत होते. "नॅट जहाजावर त्यांनी बंदुका कशासाठी ठेवल्या आहेत?" तिच्या आवाजातही भीती जाणवत होती.

“आपल्यावर कोणतेही संकट येऊ नये यासाठी. फ्रेंच खलाश्यांनी जर आम्हाला पाहिले तर कदाचित ते हल्ला करून आपला माल चोरून पळून जाऊ शकतात.”

एलिझाबेथ अजिबात हसली नाही. “नॅट प्लीज तुझी काळजी घे. जर तुला.. जर काही...” ती अचानक उभी राहिली तिने त्याचे चुंबन घेतले आणि घराकडे पळाली.

नॅट तिला पाठमोरी पाहत राहिला. ती लहान आहे असा विचार त्याने केला. बो-डिच्... आपल्याला आता जहाजावर निघायला हवं.

काय झालं ते त्यालाही कळलं नाही. डर्बीच्या ऐवजी त्याला युनियन वार्फवर जावं लागत होतं. तो कुणाची तरी वाट पाहतोय असं भासवावं लागत होतं.

जहाजावर हजर झाला आणि नॅट मागचे सारे सारे विसरला. गालावरचे रेंगाळते कोमल चुंबनदेखील विसरला. कारण निघण्याच्या मुहूर्तावरच हवा मनस्वी बिघडली होती. सालेम बंदराबाहेर पडणे सोपे नव्हते.

तो दिवस तसाच बंदरात गेला. एकदा बंदराबाहेर निघण्याचा प्रयत्न करण्यात आला तो अंगाशी येऊन पुन्हा बंदर गाठावे लागले. शनिवार गेला, जवळजवळ पुरा रविवार गेला. सारे जहाजावरच खोळंबून होते. रविवारी संध्याकाळी जहाजाने अखेर नांगर उचलला, शिडे उभारली.

प्रवास सुरू झाला.

या वेळी हाताखालच्या खलाश्यांची निवड करण्याची वेळ येताच नॅटने लेम हार्वेला मागून घेतले.

खलाश्यांना सूचना देताना कॅप्टन प्रिन्स या वेळी अधिकच गंभीर, कठोर भासला. प्रत्येक राष्ट्राच्या निशाणाचे रंग नीट ध्यानी ठेवा आणि तोफा चालवायला शिका अशा दोन सूचना त्याने खलाश्यांना दिल्या. त्यांना तोफा चालवण्याचे शिक्षण देण्यासाठी त्याने लेम हार्वेची योजना केली.

लेम हार्वे तोडातल्या तोंडात पुटपुटलेला नॅटने ऐकला, “शिकतील सारे. नाहीतर शिकायला हवं होतं असं पुढे वाटेल त्यांना.”

प्रत्यक्ष शिक्षण देताना लेमने खलाश्यांवर अपशब्दांचा आणि शिव्याशापांचा वर्षाव करण्याचा रिवाज ठेवला. त्यांना तो छळूच लागला; त्यामुळे खलाशी थोड्याच दिवसांत तोफा अत्यंत वेगाने आणि कसबाने वापरू लागले खरे; परंतु तरीही लेम त्यांचा छळ करण्याचा थांबला नाही. चोवीस तास तो खलाश्यांशी दुष्टपणा करीत असे.

पोर्तुगालचा किनारा दिसला तेव्हा नॅटला वाटले, बरे झाले. सुटले बिचारे तात्पुरते!

लिस्बनच्या धक्क्याला बोट लागली. नॅटच्या लक्षात आले की, मनिलाच्या हिशेबात आपण स्पॅनिश शिकलो; परंतु पोर्तुगीज भाषा शिकण्याचे साफ विसरलो!

परंतु किनाऱ्यावर उतरताच त्याच्या लक्षात आले की, बंदरावरचे सारे व्यवहार फ्रेंचमध्येच चालू होते आणि ते झटपट होत होते.

लिस्बन त्याला आवडले.

पोर्तुगालच्या किनाऱ्यावर पोहोचल्यानंतर नॅट आनंदीत झाला होता. कारण ते रात्रभर उभे होते. सकाळी पायलट आला आणि त्यांना टॅगस नदीवर घेऊन गेला. ती विस्तारलेली नदी सर्वांनी पाहिली. नॅट तेथील घरांकडे पाहतच राहिला. त्याने या पद्धतीची घरे यापूर्वी कधीही पाहिलेली नव्हती. छान छत बांधलेली, उत्तम रंगसंगती असणारी आणि इंद्रधनुष्यातील प्रत्येक रंगाचा वापर करून रंगवलेली.

कॉलिन्स म्हणाला, ''वेल, बो-डिच्., आता तुला पोर्तुगीजसुद्धा बोलता येते का? म्हणजे आपल्याला बंदरावर काही अडचण येणार नाही.''

नॅट म्हणाला, ''मी त्याचा विचारसुद्धा केलेला नाही. सध्या मी स्पॅनिश शिकतो आहे.''

परंतु नॅट आणि कॅप्टन जेव्हा बाजारपेठेच्या ठिकाणी गेले तेव्हा कस्टममधील अधिकारी त्यांच्याशी सर्व व्यवहाराच्या गोष्टी फ्रेंचमध्येच करीत असल्याचे त्यांना दिसून आले. कॅप्टन प्रिन्सने पुन्हा नॅटच्या खांद्यावर थोपटले आणि म्हणाला, ''आम्हाला दुभाषाची गरज नाही.'' काहीच वेळात नॅट एसक्युडोजचे डॉलर्समध्ये रुपांतर करण्यात गढून गेला. समोरचा माणूस कागदावर त्याची आकडेमोड करेपर्यंत याचे उत्तर तोंडावर तयार होते. दरम्यान मध्ये जो वेळ मिळाला त्यात तो लिस्बनमध्ये जरा फिरून आला.

मी हे सगळं परतल्यानंतर एलिझाबेथला सांगेन... असा विचार करताना त्याच्या लक्षात आले की त्याचे गाल आता छान गरम झाले आहेत. तिला म्हणजे सगळ्यांना सांगेन अशी त्याने स्वत:ची समजूत काढली.

परंतु जेव्हा जेव्हा तो घराचा विचार करायचा तेव्हा एलिझाबेथचाच चेहरा आणि तिचे चमकदार डोळेच त्याच्या समोर यायचे. त्याला ज्या गोष्टी लक्षात राहाव्यात असे वाटायचे त्याची तो चित्र काढून ठेवायचा. त्याने तसेच लिस्बनचे रस्ते चितारायचा प्रयत्न केला परंतु त्याला जे काही साकारायचे होते ते साध्या कागदावर मनासारखे उतरत नव्हते. एलिझाबेथच्या आठवणीने तो अस्वस्थ झाला.

अधिकाऱ्यांच्या नळकत या बंदरात लेम हार्वे जहाजावरून निसटला, गावात त्याने मारामारी केली आणि त्याला तुरुंगात डांबण्यात आले. जहाज निघण्याच्या ऐन वेळी त्याला जहाजावर आणून सोडण्यात आले.

परंतु त्या ठरल्यावेळीही ॲटलांटिकवरच्या आकस्मिक वादळामुळे जहाज

सुटू शकले नाही; नंतर चांगले आठवडाभर ते बंदरात खोळंबून होते. या काळात लेमने पुन्हा निसटून बंदरात जाण्याचे काही प्रयत्न केले; परंतु ते फसले. मग जहाज निघेतोवर त्याला एका खोलीत डांबून ठेवण्यात आले.

आठवडाभराने, वादळी वाऱ्यांना तोंड देत देतच जहाजाने कशीबशी मडेरा बेटे गाठली. फुंचालपाशी जहाज नांगरले. वादळही आता शमले होते.

इथे अमेरिकन कॉन्सल मि. पिण्टार्ड यांनी कॅप्टन प्रिन्स आणि नॅटचे सोत्साह आगतस्वागत केले. नॅटने आपल्या गणिती ज्ञानाने या ओझरत्या मुक्कामातच पिण्टार्ड पति-पत्नींना चकित करून सोडले.

पिण्टार्ड यांच्याकडे जेवायला गेल्यानंतर त्यांच्याकडे बेटांवरच्या सांगण्यासारख्या अनेक कथा होत्या. त्या म्हणाल्या, ''बो-डिच्., मॅशिको हे ऐतिहासिक नाव कसं पडलं तुला ठाऊक आहे का? तिथे दोन प्रेमी होते...''

पिण्टार्ड त्यावर हसून म्हणाले, ''अगं, बो-डिच्. हा एक गणितज्ज्ञ आहे... त्याला तुझ्या कथांमध्ये काय रस असणार?''

''गणितज्ज्ञ? मग तुझ्यासाठी एक चांगले कोडे आहे माझ्यासाठी. बघ सुटतं का. पाच वर्षांपासून मी आयर्लंडमध्ये काही पैशांची गुंतवणूक केलेली होती.''

पिण्टार्ड तिला अडवत म्हणाले, ''अगं, जरा जेवण होईपर्यंत तर धीर धर आणि त्यानंतर आपण त्यांना सांगू सर्व काही.''

नॅट म्हणाला, ''काय झालेलं?''

आयर्लंडमध्ये आठ टक्क्यांच्या हिशोबाने पैसे गुंतवण्यात आलेले होते. तीन वर्षानंतर त्याच्यावरील सर्व व्याज आणि सारे काही इंग्लंडला पाठवण्यात आले. दोन वर्षानंतर.. थांब मला नीट आठवू दे. हा दोन वर्ष आणि दोन महिन्यानंतर सर्व रक्कम मला इथे पाठवण्यात आली. तर मग मला नक्की किती रक्कम परत मिळायला हवी होती?''

पिण्टार्ड म्हणाले, ''हे बघ जेवण झालं की हे सारं नीट एका कागदावर उतरवून त्याला दाखव. तो ते घरी नेईल आणि नीट अभ्यास करून मगच उत्तर देऊ शकेल. ही सगळी आकडेमोड करण्यात त्याची संध्याकाळ वाया जाऊ नये असं मला वाटतं.''

नॅटने त्याच्या हातातील काटा सुरी खाली ठेवली. क्षणभर एकटक पाहिले आणि म्हणाला, ८४३ पाउंड्स, १५ शिलिंग आणि सहा आणि एक चतुर्थांश पेन्स. मला मॅशिको विषयी सांग.''

पिण्टार्ड बघतच राहिल्या.

पिण्टार्ड म्हणाले, ''काय?''

''मॅशिको.. मला त्याचे नाव कसे पडले ते जाणून घ्यायचे आहे.'' नॅटने

पुन्हा सांगितले.

कॅप्टन प्रिन्स ते सारे पाहून म्हणाले, ''माझ्या घड्याळानुसार हे सांगायला त्याला अवघी दोन मिनिटे लागली. संध्याकाळ वाया घालवण्याचा प्रश्नच आला नाही.''

पिण्टार्ड आश्चर्याने म्हणाल्या, ''पण ते अगदी अचूक आहे. नेमके एवढेच मला मिळाले.''

नॅट म्हणाला, ''अर्थात. हीच तर गणिताची गंमत आहे. ते अचूक असते. आता मॅशिकोविषयी...''

पिण्टार्ड मात्र अजूनही स्तब्ध होऊन त्याच्याकडे रोखून पाहत होत्या.

''बंदरावर त्याचा किती उपयोग व्हायचा हे तुला ठाऊक नसेल.'' कॅप्टन प्रिन्स म्हणाला.

''असो. त्या महान व्यक्तीविषयी मीच तुला सांगतो. माझी बायको काही सांगण्याच्या स्थितीत नाही. ती अजूनही अवाक् झालेली आहे. मॅशिकोविषयी मीच सांगतो. तिथे दोन प्रेमी होते. रॉबर्ट मॅशीम आणि ॲना डी अरफेट. रोमिओ ज्युलिएटसारखी कहाणीच जणू . ते इंग्लंडहून फ्रान्सला येत होते. परंतु त्यांचे जहाज वादळात सापडले आणि मेदीरासला गेले. त्याच जागेला पुढे त्यांच्यामुळे मॅशिको असे नाव मिळाले. ते पुढे आनंदात तिथे राहिले की सोडून गेले याच्याविषयी मला माहिती नाही परंतु ती एक दंतकथा बनली इतके बाकी खरे.''

नॅट म्हणाला, ''धन्यवाद. मी तिला हे सांगेन जेव्हा मी...'' पुन्हा त्याला त्याची कानशीलं गरम झाल्यासारखी वाटू लागली. ''माझ्या बहिणीला... तिला हे असं सगळं ऐकायला आवडत असतं.'' त्याने स्वत:ला सावरत सांगितलं.

पिण्टार्डला मात्र लगेच गडबड लक्षात आली. ती त्याच्या डोळ्यांत रोखून पाहत म्हणाली, ''बो-डिच्., तुला खात्री आहे का ती तुझी बहीण आहे म्हणून?''

कॅप्टन प्रिन्सने विचारले, ''माझ्या सुपरकार्गोला तुम्ही प्रेमात पाडायचा तर प्रयत्न करत नाही ना?''

नॅट त्यांच्याकडे पाहून हसला. खरं काय ते त्यालाही ठाऊक होतं. खरोखर एक मुलगी त्याच्या प्रेमात पडली असती. लिझा त्याला एकदा काय म्हणाली होती? ''तू पक्का गणिती आहेस. गणिताची आकडेमोड सोडून निदान कौतुक तरी करायला शिक.''

जहाजाने फुंचाल सोडले. फुंचाल बंदरातल्याच मुक्कामात लेम हार्वेला पुन्हा बंदिस्त करण्यात आले होते. त्याने मारामारी केली होती. तो जात्याच रगेल; त्यामुळे वेळी-अवेळी अनावर होई. आसुडाचे फटके मारले तरी हूं की चूं करीत नसे. रक्ताने निथळत्या पाठीने कामाला लागे. आता तो अधिकाधिक हिंस्र आणि

अनावर होत चालला होता आणि त्याच्याविषयीच्या भयाने जहाजावरचे वातावरण अष्टौप्रहर झाकोळलेले राहू लागले.

समुद्रावर एक आकस्मिक वावटळ उठले आणि त्याच्याशी झगडण्याच्या निमित्ताने लेमला मोकळे करण्यात आले. त्याच्याविषयीचे भयही तात्पुरते पळाले; परंतु असे वारंवार घडण्यासारखे नव्हते. नॅटने मार्ग काढला. त्याने मनिला गाठेपर्यंत खलाश्यांना नौकानयनाच्या तंत्राचे धडे देण्याचे ठरवले. तसे त्यांच्यापुढे जाहीर केले. जो शिकेल तो एखाद्या जहाजावर नंतर अधिकारी होऊ शकेल असे सुचवले. आपणही, वयाच्या दहाव्या वर्षी शिक्षण सोडावे लागूनही सेकंड मेटच्या पदापर्यंत परिश्रमपूर्वक कसे पोहोचलो त्याचे वर्णन केले. इतःपर जो शिकण्याच्या बाबतीत उदासीन राहील त्याला स्वतःची शरम वाटली पाहिजे असे एका खलाश्यामार्फत वदविले आणि अशा प्रकारे लेम हार्वेला त्याने पुरते गुंतवून टाकले. इरेला पडून लेम नौकानयनाचे शिक्षण घ्यायला राज़ी झाला.

आणि याचा इष्ट तो परिणामही झाला. लेमचा इतर खलाश्यांना होणारा उपद्रव कमी झाला. तो बराच सरळ वागू लागला. माणसाला त्याच्या बुद्धीची जाणीव करून दिल्याने काय चमत्कार होतो त्याचा प्रत्यय नॅटला आला.

जुलैअखेरी अखेरीस 'आस्ट्रिआ' जहाज केप ऑफ गुड होपशी पोहोचले. ऐन जुलै महिन्यात तिथे हिवाळ्याचा भर होता. हवा वादळी होती.

केप पार केल्यावर पुन्हा थंडी ओसरली. हवा सुधारली. जहाज विषुववृत्ताकडे सरकत होते. हिंदी महासागर आला.

आणि तोफा सज्ज करण्याचा हुकूम सुटला. एक नवखे जहाज नजीक येत होते. कुणी न सांगताच लेम तोफखान्यांचे नेतृत्व करण्याला बत्ती शिलगावून उभा ठाकला.

जहाज ईस्ट इंडिया कंपनीचे असल्याचे कळले. 'आस्ट्रिआ'कडे न येता ते लांब निघून गेले. चकमक टळली. बत्ती शिलगावूनही तोफा धडाडल्याच नाहीत. युयुत्सु लेमचा दारुण अपेक्षाभंग झालेला स्पष्ट दिसत होता.

परंतु लेमने न सांगण्यात येता किंबहुना विरुद्ध हुकूम सुटला असता, तोफखान्याचे नेतृत्व काय म्हणून केले हा प्रश्न कॅप्टन प्रिन्सच्या दृष्टीने राहिलाच. कॅप्टनने तो कणखर सुरात उपस्थित करताच, अधिक गुंतागुंत टाळण्यासाठी नॅटने सारी जबाबदारी स्वतःवर घेतली. आपणच त्याला तसा हुकूम दिल्याचे सांगितले.

आणि मग त्या रात्री नॅट डेकवर असताना लेमने त्याला गाठले.

"मिस्टर बो-डिच्, सर–"

लेमचे घोगरे शब्द आले.

"काय लेम?"

"अधिक-उण्याबद्दल माफ करा; पण सकाळी तोफखान्याचा ताबा घेण्याचा तुमचा हुकूम मी ऐकलाच नाही."

"असं? असेल असेल. तू स्वतःच एवढी गडबड करीत होतास की तुला माझा हुकूम ऐकू नसेल आला."

"सर–"

"काय रे?"

"मी धोंडा आहे धोंडा! डोळे असून आंधळा, कान असून बहिरा. मला माझ्या उपयोगाच्या चार गोष्टी खरोखर शिकवाल? नाउमेद न करता?"

"हो, हो. स्वतः तुझा तूच नाउमेद न होशील तर जरूर शिकवीन."

"म्हणजे?"

"म्हणजे तुला एखादी गोष्ट कळली नाही तर तुझा तूच ओरडू लागतोस, मला हे कळत नाही! कशाला माझ्यासारख्याला हवं हे सारं? आपण नाही शिकत!"

"चुकतंच ते."

"शिकवीन मी तुला. तुला एकट्याला वेगळं शिकवीन. जा."

आणि लेमची धिप्पाड कुडी अंधारात अदृश्य झाली.

दुसऱ्या दिवसापासून इतरांबरोबर लेम शिकायला तर बसू लागलाच; परंतु त्याला स्वतंत्रपणेही नॅटने शिकवण्यास सुरुवात केली. आगाऊ आश्वासन देऊनही लेम सुरुवातीला आरडूओरडू लागे, स्वतःची निर्भर्त्सना करीत राही; परंतु पुढे पुढे तो इतका जलद एकेक गोष्ट शिकू लागला की, नॅटही थक्क झाला.

आताची हवा प्रवासाला मोठी छान होती आणि ध्यानीमनीही नसल्याप्रमाणे एकदम मनस्वी उकाडा जाणवू लागला, वारा पडला. जहाजाचे जागोजागचे डांबर वितळू लागले. दोरखंड विसविसू लागले. शिडावर पाणी मारमारून ते वारा भरून घेण्याच्या स्थितीत ठेवण्याची धडपड सुरू झाली.

एकदा रात्री जॉनी दातखीळ कडकडवीत नॅटकडे आला. नॅटला झोपेतून उठवून त्याने सांगितले, "सर, पाण्याला काहीतरी झालं आहे! आपण भलतीकडे आलो!"

नॅट धावतपळत डेकवर गेला. कॉलिन्स आणि लेम बोटीच्या नाळेकडे न्याहाळून पाहत उभे होते.

जॉनी नॅटमागे पुटपुटला, "समुद्राला आग लागलीय जणू! आपण जळून जाणार!"

नॅटही किंचित हबकल्याविना राहिला नाही. बोटीची नाळ पाणी कापत होती तिथे पाण्यावाटे पांढरा शुभ्र जाळ उठत होता.

बादली पाण्यात सोडून तेथले पाणी वर ओढून घ्यावे असा हुकूम त्याने दिला. लेमने बादली सोडली. पाण्यातली आग थोड्या पाण्यासह बादलीत आली, दोरीला चिकटली. बादलीची बाहेरची बाजूही आगीने निथळू लागली.

ते पाणी वर घेतल्यावर असे दिसून आले की, पाण्याला आग लागलेली नव्हतीच; पाण्यातल्या काजव्यांसारख्या जातीच्या लहान लहान स्वयंप्रकाशित प्राण्यांचा तो प्रकाश होता. बादली डेकवर ओतताच ती 'आग' डेकवर लांबपर्यंत उजळत गेली.

खरा प्रकार कळताच साऱ्यांचा जीव भांड्यात पडला.

जावा-सुमात्रा बेटांच्या मधून जाताना त्यांच्यापुढे नवाच प्रश्न उभा राहिला. 'सुंडा' सामुद्रधुनीच्या जोरदार प्रवाहाविरुद्ध त्यांना पुढे सरकायचे होते. नॅटचा गणिती हिशेब सरळ होता. त्या प्रवाहाचा ताशी वेग काढून आपण त्याहून किंचित अधिक वेग ठेवला की, पुढे सरकता येईल; परंतु गणितापेक्षा हा प्रश्न नौकानयनातलाच असल्याचे प्रत्ययाला आले. कारण वारा हवा म्हणून कटाक्षाने किनाऱ्यापासून लांब राहणे जरूर होते. शिवाय पाण्याची खोली फार नव्हती आणि पाण्याची गती जहाजाच्या गतीविरुद्ध होती.

वारा होता तोवर जहाज कसेबसे मंद गतीने पुढे सरकत होते आणि वारा पडताच ते संपूर्ण थांबले तर खरेच; परंतु शिवाय पाण्याच्या जोरदार प्रवाहात एका बाजूने सरकू लागले.

भराभर नांगर टाकण्यात आला. अनेक तास उलटले. पाणी सारखे जहाजाला आपल्या गतीने खेचत नेण्याचा प्रयत्न करीत होते. वर रखरखीत ऊन तळपत होते, भाजून काढीत होते. रात्र तितकीच अंधारी; परंतु रात्री निदान किंचित गारवा तरी मिळाला.

पुन्हा पहाटे वारा सुरू झाला. घाईघाईने नांगर वर घेण्यात आला. जहाज हलू लागले. पुढे सरकू लागले. थांबले आणि बाजूने कलू लागले.

एक–दोन–तीन– दिवस या प्रवाहाविरुद्ध वाट काढण्याची शिकस्त चालली होती. क्वचित मैलभर अंतर काटून होई; परंतु पुन्हा पूर्वीचीच स्थिती. चौथ्या दिवशी नांगर टाकून 'आस्ट्रिआ' स्वस्थ असताना लांबून एक जहाज आपला मार्ग प्रवाहाच्या गतीविरुद्ध काटीत झपाट्याने निघून गेले.

'आस्ट्रिआ'वरच्या माणसांना याचे मोठे वैषम्य वाटले. त्यांना जमले ते आपल्याला का जमू नये? परंतु उंच शिडामुळे त्या जहाजाला उंचावरचा वारा मिळत होता, तसा आपल्याला मिळणे शक्य नाही हे नॅटने त्यांना समजावले.

आठवडा उलटला. आशा ओसरली होती, आत्मविश्वास डळमळत होता; ताकद खचली होती.

आणि एकाएकी वारा वाढला.

आनंदातिशयाने ओरडण्याचे त्राण कुणात नव्हते; परंतु झपाट्याने नांगर उचलण्यात आला. शीड तट्ट फुगले. 'आस्ट्रिआ' सरळ होऊन, झुलत पुढे वाट चालू लागले.

जॉनी ओरडला, "या खेपेला मात्र जिंकली!"

परंतु वारा मोर्चा फिरवून जहाज किनाऱ्याकडे रेटू लागला. खूप प्रयत्नांती ते किनाऱ्याकडे रेटले जाणार नव्हते.

आणि वाराच पडला. नांगर खडखडत पाण्यात घुसला.

लेम जॉनीवर गुरकावत होता, "पुन्हा आपण वाटचाल करू लागलो म्हणजे तोंड तर उघड; बत्तिशी उतरवीन! अपशकुनी लेकाचा!"

साधा गणिती हिशेब

प्रिन्सने नॅटला त्याच्या केबिनमध्ये बोलावले. त्याच्या समोर एक चार्ट पसरलेला होता. त्याने नॅटला विचारले, "बो-डिच्., डच इस्ट इंडिजविषयी तुझे मत काय आहे? त्यातही सुंडा स्ट्रेटविषयी...?"

नॅटने त्या चार्टकडे पाहिले. "मी गोंधळून गेलो आहे." त्याने कबूल केले. तो म्हणाला, "मला नेहमीच वाटायचे की बेट म्हणजे ते लहानच असते. मला असे वाटले होते की तिथे आपण जाऊ तेव्हा इस्ट इंडिज हे देखील असेच छोटेसे असेल. पण त्याचा आकार पाहून मी अवाक झालो आहे. ३ हजार बेटं.. सातशे हजार चौरस मीटर्स... हे थक्क करणारे आहे.. नाही का? जावा हेच बेट बघ. ते नकाशावर केवढे लहान वाटते. परंतु ते मॅसॅच्युसेट्सपेक्षाही कितीतरी पट मोठे आहे."

प्रिन्स टेबलावर हात आपटत उभा राहिला आणि म्हणाला, "आणि गणितज्ज्ञा... सुंदा स्ट्रेटविषयी हेच तुला सांगायचे आहे का?"

"ओह.. स्ट्रेट..? मला वाटतं त्याचा नाद तू सोडून द्यावास. मसाले खरेदी कर आणि मनिला मधून तुझी खरेदी कर. जितके आपण वर जाऊ तितके वादळात सापडण्याची शक्यता अधिक आहे."

प्रिन्स पुन्हा खाली बसला आणि त्या चार्टचा अभ्यास करू लागला. "आता पुढच्या प्रश्नाकडे वळू. आपण चार्ट वर किती अवलंबून राहू शकतो हे दैवालाच ठाऊक. मनिला साधारण १५०० मैल लांब आहे. यादरम्यान काय आहे हे..."

आपल्याला निदान लॅटीट्युड आणि लॉंगिट्युड तरी ठाऊक आहेत. त्यामुळे आपण जाण्याची आपली दिशा निश्चितपणे ठरवू शकतो."

प्रिन्स मात्र काहीतरी अडखळल्यासारखा झाला आणि म्हणाला, "ठीक आहे. बो-डिच्.."

ऑक्टोबरच्या पहिल्या शनिवारी नॅट प्रिन्सच्या केबिनमध्ये गेला. "आपण मनिलाच्या किनाऱ्यावर उद्या नांगर टाकायला हवा, सर."

प्रिन्सने त्याच्याकडे रोखून पाहिले आणि म्हणाला, "खरंच का? मनिला उद्या?"

कॅप्टनला समजावून वर आला. दुसऱ्या दिवशी सकाळी ते लुझानच्या समोर उभे होते. पायलट तिथे आला आणि उपस्थित सर्वांना ओरडला. कारण त्या ठिकाणी कुठल्याही प्रकारचा आवाज करायला मनाई होती. थोड्याच वेळात तिथे अजून एक जहाज दाखल झाले. कॅप्टन रिडल त्यातून आला. "सालेमहून? अरे वा.. मनिला हार्बरवर येणारे हे पहिले सालेम जहाज आहे. कसा झाला एकूण प्रवास?"

प्रिन्स म्हणाला, "आम्ही केप आणि सुंडा स्ट्रेटच्या मार्गे आलो. केप फारसा वाईट नाही परंतु सुंडा स्ट्रेटचा अनुभव काही फारसा सुखद नव्हता. आम्हाला तिथून बाहेर पडायला दहा दिवस लागले. सप्टेंबरच्या आठ तारखेपासून ते १७ तारखेपर्यंत प्रवास सुरू होता.

"तुम्ही १७ तारखेपासून सुंडा स्ट्रेटवरून आलात? अवघ्या पंधरा दिवसांत? याला म्हणतात खरं खलाशीपण!"

"बऱ्याचदा तर तुमची दिशाही तुम्हाला कळत नसते तरीही तुम्ही फक्त गणितावर विसंबून असता.." कॅप्टन प्रिन्स सांगू लागले. ते थांबले आणि त्यांनी नॅटकडे पाहिले.

नॅट चटकन म्हणाला, "कॅप्टन रिडल तुम्ही या प्रकारची बोट यापूर्वी कधी पाहिलेली आहे का?"

ते तिघेही उभे राहून ती लांबलचक बोट पाहू लागले. तेथील काळ्या रंगाचे आठ जण असे काही वागत होते जणू त्यांना उर्वरित जगाशी काहीही घेणे देणे नव्हते.

ते जे काही समोर पाहत होते ते पाहून नॅट अभवितपणे बोलून गेला.. "हे तिला मी नक्की सांगेन..."

नॅट बोलायचा थांबला पण प्रिन्सने त्याच्याकडे पाहिले. मनिलामधील काही आठवड्यांच्या त्यांच्या वास्तव्यात नॅटचा माग घेणारी प्रिन्सची नजर त्याने कित्येकदा अनुभवली होती. डिसेंबरमध्ये जेव्हा त्यांनी परतीच्या प्रवासाला सुरुवात केली तेव्हा कॅप्टन म्हणाला, "बो-डिच्., तिला सांगण्यासारखे तुझ्याकडे खूप काही आहे... तुझी बहीण... तुझी... हो ना?"

"सर..." नॅटला काहीही उत्तर द्यायला सुचेना.

आत्ता या क्षणी एलिझाबेथ काय करीत असेल असं त्याच्या मनात आलं. त्या रात्री तिला जे जे सांगायचे त्याच्या नोंदी तो काढत बसला. मनिलामध्ये झालेला भूकंप.. पण ते नकोच सांगायला...तिला ते दुसऱ्या कुणाकडून समजलं तर ती काळजी करत बसेल का?

आठवड्यामागून आठवडे जाऊ लागले तसतसे त्याचे घड्याळाकडे सारखे लक्ष जाऊ लागले. तो एकीकडे त्याच्या टीमला सूचना द्यायचा आणि दुसरीकडे तो अंतर मोजण्यात आणि महिने किती राहिले , या विचारात व्यग्र होऊन जायचा. एलिझाबेथच्या भेटीचीओढ दिवसागणिक वाढत चालली होती.

फेब्रुवारी महिना उजाडला. 'आस्ट्रिआ' पाणी कापीतच होते. एके दिवशी पहाटे हे जहाज हिंदी महासागरात असताना एकाएकी सावधानतेचा इशारा झाला.

पाठोपाठ लेमची डरकाळी उठली, "तोफा मोकळ्या करा!"

आणि टेहळ्याने पाहिलेले जहाज कोणाचे ते पुरते कळण्याआधीच 'आस्ट्रिआ' युद्धसज्ज झाले.

आणि मग दुसरी आरोळी उठली, "अमेरिकन आहे अमेरिकन!"

लेम कण्हला, "बांधून ठेवा तोफा."

ते अमेरिकन जहाज जवळ आले. त्याचा कप्तान डॅनिअल्स याने या मंडळीला मायदेशाची वार्ता सांगितली. परिस्थिती जास्तच खराब होती. अमेरिकेने फ्रान्सशी जवळजवळ युद्ध पुकारले होते. तो अमेरिकेहून निघाला, तेव्हा ते जाहीर व्हायचेच बाकी होते; परंतु एव्हाना ते जाहीर करण्यात आले असावे, असे तो म्हणाला. फ्रेंच भसाभस अमेरिकन जहाजे बुडवीत सुटले होते.

जाताना तो म्हणाला, "डोळ्यांत तेल घालून असा!"

यानंतर मग जहाजावरचे मोकळे वातावरण हरपले. टेहळणी चोख होऊ लागली. कुठल्याही क्षणी धावपळ करण्यास खलाशी सज्ज राहू लागले. नॅट स्वतः रात्री झोपे तोही 'सावधान'चा इशारा झाल्यास ऐकण्याच्या तयारीने!

केप ऑफ गुड होपपर्यंत जहाज सुखरूप पोहोचले. समुद्र शांत होता. आभाळ निरभ्र होते आणि एके दिवशी एकदम टॉम ओवेन्स ओरडला, "जहाजाला भोक पडलं आहे! जहाज पाणी खातं आहे!"

पाणी उपसण्याच्या पंपाशी प्रथम हजर झाला लेम हार्वे. मात्र, तो तोंडाने कुरकुरत असलेला नॅटने ऐकले, "साली साधीसुधी एखादी लढाई का नाही होत? हे काय भलतंच!"

लेमच्या उद्‌गारातला मथितार्थ त्याला कळला. जहाजाला भोक पडले तर तोफा चालवून ते थोडेच बुजवता येणार होते? एखाद्या परकी बंदरात दीर्घ काळ

मुक्काम टाकण्याची वेळ दैवयोगाने नाही आली, तरी सालेम गाठेपर्यंत तो सततचा घोर सोबत वागवावा लागणार होता. रात्रंदिवस पाणी उपसत राहावे लागणार होते.

त्या भोकाशी अशा प्रकारची लढत ते अनेक दिवस देत राहिले. ते मोठे होऊ नये म्हणून काळजी घेत राहिले. वारंवार आपल्या जवळपासच्या भूभागांचा अंदाज ते घेत होते.

अखेर मेमध्ये ते केप ॲनला पोहोचले.

चालू वेगाने त्यांची भूमी गाठायला अद्याप सहा तास बाकी होते आणि हे सहाही तास महत्त्वाचे, धोक्याचे होते. कप्तानासह साऱ्यांच्या मुद्रेवर गांभीर्य दिसत होते.

नॅटच्या मनात एकीकडे घराकडचे विचार गर्दी करीत होते. एकीकडे जहाजाच्या मार्गाकडे त्याचे व्यवधान लागून राहिले होते. डॉ. बेण्टले बंदरावर येतील का? जहाजाच्या फडकत्या निशाणावरून कुणाकुणाला कळेल की नॅटचे जहाज परत आले आहे? एलिझाबेथ तिच्या घराच्या गच्चीत उभी असेल का? असली तर तिच्या मनात काय विचार येत असतील? नॅटने तिचा निरोप घेतला तो प्रसंग तिला स्मरत असेल... गमतीशीर... रोमांचकारक प्रसंग...

आणि एकीकडे तो वारंवार जहाजांचा मार्ग ठरवून देत होता.

मध्येच मनात येत होते, ती आपल्याला संपूर्णपणे विसरून कशावरून नसेल गेली? किती काळ उलटला... कित्येक महिने... अनेक उलथापालथी घडल्या असतील या काळात... ऊर धडाडा उडत होता, कान सुन्न झाले होते–

कॅप्टन प्रिन्सचा आवाज त्याने ऐकला, "साउथवेस्ट बाय साउथ."

सुकाणूवरच्या माणसाचे आज्ञाधारक प्रत्युत्तर आले, "एय, एय, सर. साउथवेस्ट बाय साउथ."

ॲबट रॉक बाजूने गेला...

एलिझाबेथ धक्क्यावर येईल की नाही? छे, ती कसली येते! आणि तिने यायलाही नको असे नॅटला वाटले. तो गोंधळ... ती गर्दी... तो गलबला... बायका नवऱ्यांना शोधताहेत, आया मुलांचा मागोवा घेत आहेत, बाजारबुणग्यांनी उगाच घोळके केले आहेत... नकोच त्यात ही गोड भेट. ती पुरेशा एकांतात, एकीकडे हवी. एलिझाबेथही अशा गोंधळात नाहीच यायची.

आणि तो धक्क्यावर पोहोचला तेव्हा प्रथम त्याच्या दृष्टीस पडली ती एलिझाबेथच! नीट पाहता यावे म्हणून कशावर तरी उभी राहून ती हसत होती, हात हलवीत होती. कसाबसा नॅटने गर्दीतून तिच्यापर्यंत मार्ग काढला.

"नॅट!" एलिझाबेथ म्हणाली. "नॅट, किती वाट पाहायची तुझी! किती

तास?''

''दिवस म्हण.'' तिच्यालगतचा पुरुष म्हणाला.

नॅटने त्याच्याकडे पाहिले. उंचापुरा, देखणा, हसरे काळेशार डोळे, भुरभुरते काळेभोर केस. तो म्हणाला, ''मला ओळखलं नसेलच तुम्ही, मिस्टर बो-डिच्. गेली अनेक वर्षं सालेममध्ये फिरकलो नव्हतो मी. आणि हार्वर्डला गेलो तेव्हा जेमतेम गुडघ्याएवढा होतो!''

नॅटने त्याच्याशी हस्तांदोलन केले. त्याला त्याच्या नावाने, डेव्हिड फेरेल या नावाने हाकारले. भेट झाल्याबद्दल हर्ष प्रकट केला.

डेव्हिड म्हणाला, ''तुम्ही भेटलात हेही मोठं छान झालं! एलिझाबेथ नेहमी तुमच्याविषयी बोलत असते. जणू तुम्ही तिचे मोठे भाऊच आहात किंवा खरं तर वडील आहात, इतक्या आपुलकीने बोलते!''

नॅटला मनात वाटले, हेही ठीक आहे. वास्तविक हे आधीच आपल्याला समजायला हवे होते नाही का? तिचे वय सतरा. आपले चोवीस. साधा गणिती हिशेब, नॅट! आणि अरे अभाग्या, तो तुला सुचला नाही!

मधुचंद्र

झाले ते अनैसर्गिक नव्हते तरीही अनपेक्षित होतेच. धक्क्यावर, त्या तशा स्थितीत नॅटला स्वतःला सावरणे अतिशय जड जाऊ लागले. एलिझाबेथ आणि डेव्हिड त्याला त्याच्या प्रवासाची कहाणी विचारीत होते आणि तो ते सारेच टाळू पाहत होता. त्याला त्या दोघांनाही आता काही काळ टाळायचे होते. आपल्या मूर्खपणाची मन व्यापून टाकणारी जाणीव ओसरेपर्यंत तरी त्याला आता त्या दोघांचे असणे, निकट असणे नको होते. त्याने कामाची सबब पुढे केली. डेव्हिडला ती पटली. एलिझाबेथला खटकली; परंतु ती काही म्हणाली नाही. तिने नॅटला फक्त एकदा नीट न्याहाळले, त्याच्या डोळ्यांत ती क्षणमात्र डोकावली आणि मग निरोप घेऊन निघून गेली.

कॅप्टन प्रिन्सबरोबर तो डर्बींच्या कचेरीकडे गेला. जाताना मनाशी ठरले होते, पंधरवडाभर तरी एलिझाबेथला टाळायचे.

कचेरीत डर्बींनी मामुली चौकशी केली. जहाजाच्या विक्रमाबाबत त्यांना फारसा उत्साह दिसला नाही. त्यांच्या मनावर युद्धाची भीती तरळत असावी. फ्रान्सशी अमेरिकेचे संबंध मनस्वी बिघडले होते. याबाबत बोलणे निघाले तेव्हा प्रिन्स म्हणाला,

''आपल्या देशाचं स्वतःचं बलशाली आरमार असल्याशिवाय हा प्रश्न कायमचा सुटणार नाही.''

डर्बी म्हणाले, ''प्रेसिडेंट वॉशिंग्टननाही हे पटलं आहे. त्यांनी काँग्रेसला पाठवलेल्या ताज्या संदेशात चक्क असं म्हटलं आहे की, स्वतःचं लष्करी आणि आरमारी बळ असल्याविना कुठल्याच देशाच्या तटस्थतेला दुर्बलतेपलीकडे अर्थ

नाही. प्रबळ लष्करी सामर्थ्य हाच शांततेचा खरा मार्ग. काँग्रेसलाही हे पटू लागलं आहे. त्या दृष्टीने अल्पस्वल्प हालचाल सुरू झाली आहे. सहा छोटी लढाऊ जहाजं बांधण्याला मंजुरी देण्यात आली आहे. शिवाय मी स्वतः असंही सुचवलं आहे की, खासगीरीत्याही अशी लढाऊ जहाजं बांधण्यास परवानगी देण्यात यावी. ती मिळाली तर या सालेममध्ये आपण एक लढाऊ जहाज बनवू!''

नॅटला एक कळले की, डर्बीच्या अनुभवी नजरेला युद्ध अपरिहार्य दिसत होते.

न्यु बरीचे प्रकाशक ब्लंट यांना त्यांना भेटण्याची इच्छा आहे असे डर्बीच्या सचिवाने सांगितले. काही क्षणानंतर एक अस्वस्थ तरुण आत आला आणि त्याने डर्बी व कॅप्टन प्रिन्स यांना थोडक्यात काही गोष्टी सांगितल्या आणि नॅटकडे पाहिले. मी कॉलिन्स यांच्याशी आत्ता बोलत होतो. ते म्हणाले, की मूरेच्या नेव्हीगेशनमध्ये तुम्हाला काही त्रुटी जाणवल्या आहेत?''

''होय''

''कोणत्या टेबलवर?'' नॅटने त्याला विचारले. ब्लंट काहीसा हसला आणि शांत झाला. ''ते टेबल कुणी केलंय हे तुला माहितेय का? नेव्हील मस्केलीन! इग्लंडच्या प्रख्यात खगोलतज्ज्ञाने! न्यूटनच्या सिद्धांतात चूक काढणे जसे अवघड आहे तसेच आहे हे..''

नॅट म्हणाला, ''मला तरी त्यात त्रुटी आढळलेली आहे. मी ती जागा नेमकी दाखवू शकेन. थोडक्यात सांगायचे तर ते असे असेल.''

ब्लंट अवाक् झाला. ''वेल.. मी ते जरा... तू कोणत्या कॉलेजमध्ये शिकला आहेस? लंडन? पॅरीस? तुला इतके चांगले शिक्षण इथे मिळणे शक्य नाही. तू कुठे शिकलायस?''

''मी नाही शिकलो इथे कुठेच.''

पुन्हा ब्लंट अवाक् झाला. ''मस्केलीनच्या टेबलवर नेमकी ती त्रुटी तू दाखवून दे बरं.''

''नेमकी कोणती? कारण अनेक आहेत.''

ब्लंटचा चेहरा आता लालबुंद झाला होता. त्याने आवंढा गिळला आणि म्हणाला, ''सर्वच्या सर्व दाखव.''

कॅप्टन प्रिन्स म्हणाला, ''लुनार्स संदर्भात तो ज्या नव्या पद्धतीने काम करतोय तेदेखील तुम्ही जाणून घ्यायला हवे.''

नॅटने ते थोडक्यात स्पष्ट केले.

ब्लंटच्या आश्चर्याला आता पारावर नव्हता. ''पण हे खरोखर अद्‌भुत आहे! मला हे मूरेच्या नव्या आवृत्तीमध्ये समाविष्ट करायला खूप आवडेल. त्याचबरोबर

या पुस्तकातील इतर टेबलवरसुद्धा तू एकदा नजर फिरवलीस तर बरं होईल.''

"नेव्हीगेशनच्या टेबल्सवर नुसती नजर फिरवून भागत नाही.'' नॅटने परखडपणाने त्याला सांगितले. मस्केलीनचे टेबल पाहताना मी ते तीन तीन वेळा तपासून घेतले होते कारण मी योग्य आहे याची मला खात्री करून घ्यायची होती.''

"तीन वेळा.. प्रत्येक फिगर? पण का?..''

"का नको?'' नॅट पुन्हा गरजला. "गणितात अचूकता नसेल तर संपूर्ण गणित व्यर्थ आहे. त्या आकडेवारीवर अनेक माणसांचे आयुष्य अवलंबून आहे.''

ब्लंटचा चेहरा पार उतरला. कसंबसं स्वतःला सावरत तो म्हणाला, "बो-डिच्. तुम्ही म्हणताय ते योग्य आहे. मूरेमधील ही टेबल्स तुम्ही पुन्हा एकदा तपासलीत तर खूप बरं होईल. तुम्ही म्हणाल त्या दराने मी त्याचे पैसे देईन. त्याचप्रमाणे लुनार्सची नवी पद्धत मला समाविष्ट करायलाही खूप आवडेल.''

नॅटने त्याला पुन्हा दोन आठवड्यांनी भेटण्याचे आश्वासन दिले. पुढच्या दोन आठवड्यांत पुन्हा तो एलिझाबेथच्या विचारांत हरवून गेला. तो आता तिला भेटण्यासाठी तयार होता का? मोठा भाऊ, वडील की आणखीनच कुणीतरी म्हणून? त्याने स्वतःला थोडा आणखी वेळ द्यायला हवा.

जेव्हा तो कार्गो तपासत होता तेव्हा त्याला तिला भेटण्यासाठी आणखी एक कारण मिळाले याचा त्याला आनंद झाला. मुरेच्या नेव्हिगेटरविषयी ब्लंटशी तातडीने बोलणे गरजेचे होते.

"तुला ती सर्व टेबल्स तपासण्यासाठी पुरेसा वेळ मिळाला असेल.'' ब्लंट म्हणाला. "जी अद्याप छपाईला गेलेली नाहीत अशी काही टेबल्स पाहायला मिळावीत'' असे नॅटने सांगितले. ही टेबल्स पाहत असतानाही त्याच्या मनात एलिझाबेथचाच विचार होता. यातून आपण बाहेर पडायला हवं तो स्वतःला बजावत होता पण प्रत्येक वेळी दार वाजलं की त्याचं मन उडी मारायचं. त्याला वाटायचं एलिझाबेथकडून काही संदेश आला असेल पण तो कधीही आला नाही.

डॉ. होलिओक लुनार्स विषयी ऐकण्यासाठी व खगोलशास्त्राविषयी चर्चा करण्यासाठी नॅटला भेटायला आले. नॅटलाही त्यांना पाहून आनंद झाला. डॉ. होलिओक हे व्यवसायाने फिजिशियन असले तरीही बोस्टनमधील अमेरिकन अॅकेडमी ऑफ आर्टस अँड सायन्सचे संस्थापक होते.

ते म्हणाले, "मी अनेक खगोलतज्ज्ञांशी चर्चा केलेली आहे पण तुझ्याशी योग जुळून आलेला नव्हता.''

"पण मी खगोलतज्ज्ञ नाही.'' नॅटने स्पष्ट केले.

"नाही? पण रेखांश तपासण्याची अधिक सोपी आणि अधिक अचूक पद्धत

तू साकारलेली आहेस. शेकडो वर्षे शास्त्रज्ञ आणि खगोलतज्ज्ञ त्यावर काम करीत आहेत.''

''क्रोनोमीटर हा सर्वोत्तम पर्याय आहे. जेव्हा सर्व जहाजांना क्रोनोमीटर घेणे परवडेल तेव्हा...''

''ते जोवर होत नाही तोवर ते तुला आणि तू शोधलेल्या पद्धतीलाच धन्यवाद देतील. आणि जरी तू खगोलतज्ज्ञ नसलास तरी ते होण्याबद्दल नक्की विचार कर.'' होलिओक यांनी त्याला आश्वस्त केले आणि ते निघून गेले.

डॉ. प्रिन्स नॅटला मुद्दाम येऊन भेटले आणि आपले फिलॉसॉफिकल सोसायटीचे वाचनालय नॅटला अद्याप खुले असल्याचे अगत्यपूर्वक त्यांनी सांगितले.

हे सारे नॅट सहन करीत होता, यामध्ये रस घेत होता; कारण त्याला एलिझाबेथचे स्मरण नको होते. एलिझाबेथशी मोठ्या भावासमान किंवा पित्यासमान वागता येईल असा आत्मविश्वास वाटल्याविना तिची भेट घेण्यास त्याचे मन तयार नव्हते.

परंतु नॅटला वाटले, एलिझाबेथला न भेटणे ठीक असले तरी तिच्या आईला एकदा भेटावे. मनिलाला तिच्या पतीला ओळखणारा एक गृहस्थ आपल्याला भेटला होता हे तिला सांगावे.

तो मिसेस बोर्डमनला भेटायला गेला; परंतु ते सारेचजण बोस्टनला गेल्याचे कळले. डेव्हिड फॅरेलही गेला होता. भेटली केवळ म्हातारी नोकराणी. तिने नॅटला चांगले ओळखले.

बरेच दिवस उलटले. नॅट कुठल्या ना कुठल्या कामात स्वतःला गुंतवून घेण्याचा प्रयत्न करीत होता आणि एके दिवशी चिठ्ठी आली. तिच्या– एलिझाबेथच्या हस्ताक्षरातली! शेतावर गुरुवारी रात्री पार्टी होती. नॅटला बोलावणे होते. अखेरीस 'अवश्य ये' म्हणून एक वाक्य लिहिले होते. ती चिठ्ठी वाचून, त्या रात्री नॅट मजेत झोपी गेला. कुठल्या का नात्याने होईना; पण एलिझाबेथला तो हवा होता. त्याने 'अवश्य यावे' अशी तिची इच्छा होता आणि तो जाणार होता.

गुरुवारी सकाळी त्याला डेव्हिड फॅरेल भेटला. डेव्हिडही मजेत होता. तो नॅटला म्हणाला, ''नॅट, तू पार्टीला येणार हे छान झालं. तुला म्हणून सांगतो, आज रात्री एक महत्त्वाची गोष्ट मी सगळ्यांपुढे जाहीर करणार आहे.''

नॅट बुचकळ्यात पडला. अधिकच हबकला. पुन्हा विचार आला, महत्त्वाची गोष्ट– ती काय असणार ते सांगायला का हवे? मग आपण जायचे? की नाहीच जायचे? कशाला जायचे? ती गोष्ट ऐकायला? ती दुष्ट गोष्ट डेव्हिडच्या तोंडून सर्वांपुढे ऐकायला? आणि एलिझाबेथने तरी आपल्याला पार्टीला कशासाठी बोलावले?

ती ऐकण्यासाठीच ना? मोठा भाऊ! हंः! नॅट उद्वेगाने स्वतःला म्हणाला, डेव्हिडने एलिझाबेथच्या आईची परवानगी विचारली त्याऐवजी आपली विचारायला आला नाही हे नशीब! त्या दिवशी पाच वेळा त्याने ठरविले, नाही जायचे पार्टीला आणि पाचदा तो निर्णय बदलला.

त्या संध्याकाळी तो पार्टीला गेला. साऱ्या गर्दीत त्याला एकटे एकटे वाटत होते. त्याचे मन त्या जल्लोषात नव्हते; परंतु तोंड हसत होते. तसे त्याला त्याने पढवूनच ठेवले होते. काय वाटेल ते झाले, काहीही पाहावे लागले, ऐकावे लागले तरी हसत राहायचे. जिभेला त्याची ताकीद होती, दर वेळी न चुकता प्रश्नाला साजेसे उत्तर द्यायचे. बोलायचे; पण खरे बोलायचे नाही आणि निमूटही राहायचे नाही. काय होते आहे, झाले आहे, कोणाच्या लक्षात येता कामा नये. विचारांवर मात्र त्याचा ताबा नव्हता. ते कुठच्या कुठे भरकटत होते, त्याला फरफटवीत होते. एलिझाबेथची पहिली भेट; लिझाच्या उत्तरक्रियेनंतरची सकाळ; 'आस्ट्रिआ'वरून तो प्रवासाला गेला तो दिवस... एलिझाबेथने त्याचा निरोप घेतला तो प्रसंग... ते चुंबन... ते चुंबन...

एका वेगळ्या पद्धतीने नॅटचा अपेक्षाभंग व्हावा असेच यानंतर सारे घडले. या जल्लोषातच त्याला एकीकडे एलिझाबेथ दिसली; त्याच्या नकळत त्याच्या तोंडून तिच्यावरच्या त्याच्या उत्कट प्रेमाची कैफियत तिच्यापुढे निघून गेली आणि मुळीच वेळ न लावता एलिझाबेथने त्याला होकारही दिला! किंबहुना आपल्या आईच्या मनात हे पूर्वीपासून असल्याचे सांगितले.

सारे स्वप्नातल्यासारखे त्या रात्री घडत गेले– जे घडेल असे नॅटला वाटत होते ते आपोआपच मागे पडले– आणि मार्चमध्ये नॅटच्या वाढदिवसाच्या किंचित आधी एलिझाबेथशी त्याचे लग्न लागले. त्यानंतरचे दोन महिने स्वर्गसुखाचे होते. अधूनमधून दर्यावरच्या, मन अस्वस्थ करणाऱ्या बातम्या येत, तेवढ्याच! एखादे जहाज बेपत्ता असल्याचे कळे, एखाद्या जहाजावरची माणसे गायब झाल्याचे कळे, एखादे जहाज माणसांसह फ्रेंचांनी रसातळाला घालवल्याची वार्ता येई. कोणी नुकतेच आलेले खलाशी वादळाची भयप्रद वर्णने करीत... एलिझाबेथ बावचळून म्हणे, "नॅट, तू पुन्हा नकोच जाऊस समुद्रावर! मला-मला झोप लागणार नाही तू गेलास तर, चैन नाही पडणार!" आणि नॅट तिची समजूत घाली, या वार्तांवरून तिचे चित्त इतरत्र खेची.

अखेर एके दिवशी कॅप्टन प्रिन्स नव्या प्रवासाची योजना घेऊन नॅटकडे आला. ऑगस्टमध्ये निघायचे होते. प्रथम स्पेनच्या कॅडिझकडे मग मेडिटरेनियनमधून ॲलिकँतला. एलिझाबेथला हे कळले आणि ती मनातून हबकून गेली. वरवर मात्र ती हास्यविनोद करीत होती.

कॅप्टन प्रिन्स पुन्हा आला तेव्हा नॅटला शिव्या घालीतच आला. लेम हार्वेला दुसऱ्या जहाजावर सेकंड मेटची जागा मिळाली होती आणि त्याच्या दृष्टीने याला कारण नॅटच होता. त्याने लेमला शिक्षण दिले! नॅटला आनंद झाला. कॅप्टन मात्र हळहळत होता, ''या प्रवासात जहाजावर तोफा वापरणारा कोणी अनुभवी माणूस उरला नाही.''

एलिझाबेथला यातला मथितार्थ कळला. नॅटचा प्रवास जास्तच धोक्याचा ठरणार होता; परंतु तरीही तिने धीर अधिक खचू दिला नाही. वरपांगी फारसे काही दाखविले नाही. नॅटला साथ द्यायचा तिचा निश्चय होता. नॅटच्या निघण्याच्या दिवसापर्यंत तिने आपले खेळकर, किंचित अल्लड वागणे नेटाने चालू ठेवले. एकीकडे उरातली घालमेल लपवीतच तिने नॅटला निरोप दिला.

निरोप घेतानाही नॅटला बरे वाटले नाही. वाटले की, न जावे–

परंतु दर्या बोलावीत होता.

आस्ट्रिआचा आधार

नॅट आस्ट्रिआच्या बाहेर पडला तेव्हा दोन खलाश्यांनी त्याला थांबायला मदत केली.

मि. कोलिन्स म्हणाले, ''इथं आपलं काय आहे. मि. बो-डिच्.?''

नॅट म्हणाला, ''खूप सारी पुस्तकं आणि चार्ट्स... या पुस्तकातील सगळे नकाशे मी तपासणार आहे आणि यातल्या चुका शोधून काढणार आहे.''

कोलिन्सने आश्चर्याने पाहिलं आणि म्हणाला, ''मनुष्या, त्यासाठी तुला किमान एक वर्ष लागेल.''

''तीन वर्षांत पूर्ण झालं तरी मी स्वत:ला नशीबवान समजेन.''

''पण तू असली हमाली का करतो आहेस?''

नॅट ओरडला, ''कारण ते अचूकच असायला हवेत.''

त्याला कोणीतरी येत असलेलं दिसलं. त्या माणसाने येऊन नॅटला सलाम ठोकला.

क्षणभरापुरते नॅटने त्याला ओळखलेच नाही. ''जॉनी..''

जॉनी म्हणाला, ''जॉनी गोरमन सर..''

नॅट म्हणाला, ''अभिनंदन.'' केबीन बॉल गेल्याचे प्रिन्सला फार वाईट वाटणार नाही असे त्याला वाटले. लेम गेल्याचे मात्र त्याला खूप वाईट वाटत होते. टॉम ओवेन्स तिथे बंदूक धरून उभा होता. कदाचित टॉम हा लेमच्या जाण्याबाबत प्रिन्सला दोषी मानत असावा. टॉम हा तसा बलदंड माणूस होता.

पुन्हा एकदा जहाजावरचे सारेजण दक्ष झाले. कॅप्टन प्रिन्स पुन्हा एकदा बोर्डवर आला. त्याने सगळीकडे एकवार नजर फिरवली परंतु कुणाकडेही रोखून

पाहिले नाही.

“इथे आणि कॅडिझला असताना तो कधीही हसत नाही.” नॅटच्या मनात विचार तरळला आणि झालेही तसेच. तो हसला नाही.

महिन्याभरानंतर ते स्पेनच्या जवळ पोहोचले. आस्ट्रिआ आणि कॅडिझ बंदरांच्या दरम्यान अनेक ब्रिटिश जहाजे उभी होती. कॅप्टन प्रिन्सच्या आदेशानुसार त्यांच्या जहाजानेही नांगर टाकला आणि प्रिन्स व नॅट हे ब्रिटिश कॅप्टनला कागदपत्रे दाखवण्यासाठी गेले.

त्या इंग्रजी माणसाने त्यांची कागदपत्रे तपासली आणि डझनभर प्रश्न विचारले. कॅडिझमध्ये प्रवेश करण्याचा आणि व्यापाराचा परवाना दिला.

“फ्रेंच हेरांकडे लक्ष ठेव. ते सगळीकडे असतात.” त्याने सूचना केली.

त्यावर नॅटने जे व्यक्त केले त्याचा उच्चार नेमका फ्रेंचमधून झाला. ब्रिटिश अधिकाऱ्याची भुवई उंचावली. तो म्हणाला, “तू बरोबर म्हणतोयस. तू फ्रेंच बोलतोस का?” त्यानंतर त्याने प्रिन्सकडे पाहिले आणि म्हणाला, “अभिनंदन सर, तुमच्या जहाजावर शिकलेला एक माणूस आहे. व्यापारी जहाजावर असे क्वचितच पाहायला मिळते.”

“अमेरिकन जहाजावर..” असे त्याला म्हणायचे असणार हे कॅप्टन प्रिन्सने ओळखले. तो म्हणाला, “हा शिकलेला माणूस खूप मदत करणारा आहे. जेव्हा मूरेमध्ये काही त्रुटी आढळून येतात तेव्हा तो त्या शोधून काढू शकतो.”

“मूरेमध्ये त्रुटी?” त्या इंग्रजी माणसाने रोखून पाहिले.

“अर्थात त्यात मूरेची चूक नाही काही. पण मास्केलीनच्या टेबल्समध्ये त्रुटी होत्या.” असं सांगून तो निघाला. आस्ट्रिआला परतताना तो आनंदी दिसत होता. त्याने केबीन बॉयसकट सर्वांना एकत्र बोलावले.

केबीन बॉय असलेल्या छोट्याशा चार्ली वाल्डोसह सगळेजण जमले. फ्रेंच हेरांविषयी कॅप्टन प्रिन्सने सर्वांना सावध केले. त्यांच्या बोलण्याच्या लकबीवरून तुम्ही त्यांना ओळखू शकता. ते कसे ओळखायचे हे बो-डिच्. तुम्हाला सांगेल. त्यामुळे आपले कान उघडे ठेवा. जर अशा विशिष्ट उच्चारांचा कुठलाही माणूस जहाजावर येण्याचा प्रयत्न करीत असेल तर पहिल्यांदा बो-डिच्.च्या कानावर ती गोष्ट घाला.

नॅटने सर्व काही तपशीलवार समजावले. त्याने चार्लीचा चेहरा पाहिला. चार्लीच एखादा हेर असावा असे त्याला वाटले.

महिनाभरात जहाज कॅडिझच्या बंदरात नांगरले. जहाजाच्या रक्षणार्थ असलेल्या ब्रिटिश अधिकाऱ्यांनी फ्रेंच हेरांपासून सावध राहण्याच्या सूचना जहाजावरच्या लोकांना दिल्या. जहाजावर आलेल्यांतल्या एका स्पॅनिश हेल्थ ऑफिसरच्या हाती

जहाजावरचे 'लॉग-बुक' देण्यात येताच त्याने ते तत्काळ समुद्रात भिरकावले. नॅटने त्याच्या अंगावर स्पॅनिशमध्ये ओरडूनही या भल्या माणसावर त्याचा परिणाम झाला नाही. ते पुस्तक मग समुद्रातून हुडकून काढून त्याच्यासमोर हजर करण्यात आले, तेव्हा त्याने खुलासा केला, ''ही इथली नेहमीची पद्धत आहे. समुद्राच्या खाऱ्या पाण्यात रोगजंतू मरतात, वस्तू शुद्ध होतात. रोगांचा प्रसार न व्हावा म्हणून आम्ही ही काळजी घेत असतो!''

कॅडिझ गावातली सारी घरे पांढरी पांढरीफेक होती. रस्ते इतके अरुंद आणि घरे इतकी उंच की चालताना पिंजऱ्यात अडकल्यासारखे वाटे. नॅटची हे सर्व पत्राने एलिझाबेथला कळविण्याची इच्छा होती. त्याने हे लिहूनही ठेवले; परंतु अमेरिकेला परत जाणारे एखादे जहाज भेटेतोवर थांबणे भाग होते.

नॅटने या मुक्कामात कॅडिझची ऑब्झर्व्हेटरीही पाहून घेतली. चंद्र, तारे, सारे दुर्बिणीवाटे कसे हाताशी आल्यासारखे वाटत होते. अगदी असा हात लांबवावा आणि एकेक गुलाम घट्ट पकडून धरावा! सोडूच नये!

एलिझाबेथला त्याने लिहिले होते, त्यात या घटनेची भर घातली आणि पुढे म्हटले, ''चंद्र पाहताना तू खूप जवळ भासलीस. का, सांग? अगं तुलाही तो त्या वेळी दिसत असेल असं वाटलं,'' या वाक्याने त्याचे समाधान झाले नाही. एलिझाबेथला आपल्याला सांगायचे ते यात येत नाही हे त्याला जाणवले. आता मनातला आशय शब्दांत अचूक व्यक्त करायला शिकायला हवे होते.

चार्ली वाल्डो जहाजाच्या डेकवर आला आणि स्वत:शीच बोलत होता.

''चार्ली हे तुझ्यासाठी चांगलं आहे. तुझे उच्चार फ्रेंच आहेत ते बरंय. त्यामुळे अशा हेरांपैकी कुणी आला तर त्याला लगेच तू ओळखू शकशील. हो ना?''

चार्ली हसला आणि मान खाली करून गालांवरून मनगट फिरवू लागला. मध्यरात्री हा तरुण रडवेला झालेला दिसला. गरीब बिचारा. त्याला घरची आठवण येत असणार.

''चार्ली, तू जरा मला मदत करू शकशील का?''

''हो सर.''

''नेव्हीगेशनमध्ये येणाऱ्या अडचणीसंदर्भात मी काम करतोय. मला ते तुला विस्ताराने सांगायला आवडेल. जर मी सांगतोय हे तुला समजलं तर ते मला सापडलंय असं मला वाटेल.''

''हो सर. तुम्ही सांगाल ती मदत करायला मी तयार आहे.''

नॅट सांगत असताना ते डेकवर चालत होते. चार्ली हुशार होता. एखाद्या प्रौढ माणसाच्या लक्षात येणार नाही इतक्या वेगाने तो गोष्टी आत्मसात करीत

होता.

''धन्यवाद चार्ली. तुझी खूप मदत झाली.''

''धन्यवाद बो-डिच्. सर. तुम्हाला माहीत नसेल पण तुम्ही मलाही मदत केलीत.''

कॅडिझच्या दुसऱ्या आठवड्यातील एका सकाळी नॅट प्रिन्सच्या केबिनमध्ये होता. चार्ली त्यांच्याकडे आला. ''सर आपल्याला तो सापडला. फ्रेंच हेर! तो ज्या पद्धतीने बोलतोय त्यावरून मी हे सांगू शकतो.''

कॅप्टन प्रिन्सला आश्चर्य वाटले. ते सगळे डेकवर गेले. चार्ली बरोबर सांगत होता. सैनिकासारख्या भासणाऱ्या त्या माणसाचे उच्चार फ्रेंच होते. तो काऊंट मालेव्हन्ट होता. तो फ्रेंच सैन्यदलात होता असे त्याने सांगितले. फ्रेंच राज्यक्रांतीच्या दरम्यान तो स्पेनमध्ये आला होता. चार्लीचा अपेक्षाभंग झालेला चेहरा नॅटच्या नजरेतून सुटला नाही.

काउंट मालेव्हंट म्हणाला, ''ज्याला खगोलशास्त्रात रस आहे असा एक बुद्धीमान माणूस या अमेरिकन जहाजावर आहे असे मी ऐकून होतो. रेखांशावर काम करण्यासाठी ज्याने नवी पद्धत शोधून काढली असा तो अतिशय हुशार माणूस आहे.''

प्रिन्सने नॅटकडे पाहिले आणि म्हणाला, ''हाच तो महान बुद्धिमान माणूस. नॅट बो-डिच्..''

मॅलेव्हंट याने नॅटला कॅडिझमधील नियंत्रण कक्ष पाहण्यासाठी बोलावले.

सगळे गेल्यावर प्रिन्स त्याला म्हणाला, ''मग, स्कॉलर.. कसे आहात तुम्ही?'' नॅट हसला. जेव्हा डॉ. होलिओक त्याला खगोलशास्त्रज्ञ म्हणाले होते तेव्हाही त्याला असेच हसू आले होते.

त्या रात्री जेव्हा तो नियंत्रणकक्षात उभा होता तेव्हा तिथे कसं वाटत होतं हे त्याला एलिझाबेथला सांगायचं होतं. तिथल्या दुर्बिणीतून पाहताना चंद्र आणि तारे अगदी आपल्या जवळ आल्यासारखे भासत होते. त्या रात्री आस्ट्रिआला परत आल्यानंतर त्याने तिला पत्र लिहिलं. ''मी जेव्हा चंद्राला यातून पाहतो तेव्हा तू मला अगदी जवळ भासतेस. कारण मला माहीत असतं हे तू सुद्धा पाहू शकत असणार.'' ते वाक्य पाहून तो स्वत:वरच खूश होऊन हसला. त्याला हवं होतं त्या शब्दांत कदाचित तो कधीतरी तिच्यासमोर व्यक्त होऊ शकणार होता.

''सर्वजण त्वरेने डेकवर या.'' हा आवाज ऐकून तो ताडकन उभा राहिला आणि वर येऊन पाहतो तर काय त्याला बंदुकांचे आवाज ऐकू येत होते. ब्रिटिशांच्या भूमीवर गोळीबार होत होता. नेपोलियनने हल्ला केला की काय?

आस्ट्रिआच्या डेकवर एकच धावपळ उडाली होती. बंदुका घेण्यासाठी लोक

धावत होते. दरम्यान बोट तिथे पोहोचली आणि ब्रिटिश अधिकारी बोर्डवर दाखल झाला. तो मात्र हसत होता आणि बोलण्यासाठी उत्सुक होता.

आणि ओरडा झाला. बोटीवर धावपळ उडाली. दूरवरच्या ब्रिटिश जहाजांवर तोफा गर्जू लागल्या. बातमी आली, "नेल्सनने नेपोलियनच्या बलाढ्य आरमाराचा पराभव केला. नाइलच्या मुखाशी हे घडले. नेपोलियन आता आफ्रिकेत कोंडीत पक्का अडकला आहे."

उत्सव सुरू झाला होता.

यानंतर नॅटचे जहाज मेडिटरेनियनकडे निघाले ते सुमारे चारशे ब्रिटिश जहाजांच्या काफिल्याबरोबर. संरक्षणार्थ ब्रिटिश युद्धनौका होत्या. फ्रेंच प्रायव्हेटिअर्सपासून आता या भागात सुट्या सुट्या जहाजांना बरीच धास्ती असल्याने कॅप्टन प्रिन्सने आपले जहाज या काफिल्यात सामील केले होते.

परंतु वाटेत अति माल लादल्याने कललेली, मागे रेंगाळणारी तीन अमेरिकन जहाजे दिसताच प्रिन्सने 'आस्ट्रिआ' त्यांच्या मदतीला नेण्याचे ठरवले आणि आपल्या दहा तोफांनिशी, मोठा काफिला सोडून 'आस्ट्रिआ' या जहाजांच्या वेगाने त्यांच्या सोबत चालू लागले.

आणि किंचित्काळातच फ्रेंच निशाण फडकवलेली तीन फ्रेंच जहाजे तडक 'आस्ट्रिआ'च्या रोखाने येताना दिसली!

तोफा सज्ज झाल्या. डेक मोकळे करण्यात आले. कॅप्टन प्रिन्सने नंतर प्रश्न नको म्हणून आगाऊच लॉगबुकात जरूर ते सर्व लिहून टाकले. नॅटने दारूगोळ्याची खोली राखायचे आणि जरुरीप्रमाणे दारूगोळा पुरवायचे काम अंगावर घेतले. प्रिन्स घाईने वर निघून गेला.

दारूगोळ्याच्या खोलीत कंदील न्यायची सोय नव्हती आणि अंधार तर दाट होता. नॅट तिथेच किंचित्काल बोटे मोडीत बसला. मग त्याला वाटले की, अंधार काही वाटतो तेवढा नाही; पलीकडच्या भागातून थोडासा प्रकाश येतो आहे. तसे म्हटले तर थोडे दिसतेही आहे. त्याने घाईने जाऊन पाटी-पेन्सिल आणली आणि पाहता पाहता तो मनातली काही गणिते सोडवण्यात गर्क होऊन गेला. कॅप्टनचा दारूगोळ्याचा हुकूम येईपर्यंत हा उद्योग करायला हरकत नव्हती.

आणि प्रिन्सचा हुकूम त्याने ऐकला. ताबडतोब तो उडी मारून उभा राहत ओरडला, "दारूगोळा पाठवू का, सर?"

प्रिन्स त्याच्यासमोर येत म्हणाला, "तो कशाकरता? फ्रेंचांची जहाजे जवळ येऊन, आपला नूर पाहून पळूनही गेली; त्यामुळे आपली माणसं मोठी खट्टू झाली आहेत. वास्तविक तुला हे मी आधीच कळवायला हवं होतं; पण विसरूनच गेलो. फार वेळ ताटकळत ठेवलं मी तुला–"

"फार वेळ?" नॅटने विचारले.

प्रिन्स उत्तरला, "निदान तीन तास!" आणि खोऽ खोऽ हसत सुटला.

त्यांचे हसणे ऐकून कॉलिन्स खाली आला. तो म्हणाला, "आपण हरलो! हयातीत फार काही पाहिलं आपण; पण दारूच्या पोत्यावर बसून तीन तास आपण कुठे आहोत हे विसरणारा महात्मा हा पहिलाच पाहिला! नॅटसाहेब, लिहा हे तुमच्या बायकोला..."

जहाज ॲलिकॅन्तला पोहोचले. आठवडाभर ते बंदरात होते आणि नजीकच दुसरे अमेरिकन जहाज येऊन नांगरले. नॅटला वाटले, घरची काही बातमी कळेल. त्याला खूप आनंद वाटला; परंतु त्या जहाजाचा कप्तान 'आस्ट्रिआ'वर आला, तेव्हा त्याला फारसा आनंद झाला असल्याचे नॅटला दिसले नाही. गंभीर चेहऱ्याने तो कॅप्टन प्रिन्सला म्हणाला, "खाली चला, मला तुमच्याशी बोलायचं आहे."

ते दोघे कॅप्टन खाली गेले. नॅट वरच आश्चर्य करीत राहिला. त्याला वाटले, आपण दुसऱ्या कप्तानाचे काय असे घोडे मारले आहे? आपल्याकडे धड पाहायचेही त्याने का टाळले? आणि थोड्या वेळाने खालून निरोप आला, "प्रिन्स बोलावताहेत."

नॅट प्रिन्सच्या केबिनमध्ये शिरला, तेव्हा तो दुसरा कप्तान अधोमुख बसला होता. प्रिन्स नॅटला म्हणाला, "नॅट, बैस पोरा. बैस तिथे." किंचित्काळ केबिनभर पुढे-मागे फेऱ्या घातल्यावर प्रिन्सने पुन्हा तोंड उघडले.

"नॅट, मन कठोर कर. एलिझाबेथ– तुझी बायको– हे जग सोडून गेली."

तेवढ्यात तो दुसरा कप्तान मुष्किलीने वर पाहत म्हणाला, "तेवढंच समजलं मला, मिस्टर बो-डिच्. सालेमहून आमच्यामागून निघालेलं एक जहाज वाटेत भेटलं, त्यावरून हे कळविण्यात आलं."

ते दोघे केव्हा निघून गेले ते नॅटला समजले नाही. केव्हातरी त्याला समजले की, आपण एकटे उरलो आहोत आणि भोवती अंधार झाकोळला आहे.

आणि मग लागोपाठ आठ टोले पडले.

त्याला आठवले, त्याच्या ड्यूटीची वेळ झाली होती.

तो वर निघाला. वर कॉलिन्स मृदू सुरात म्हणाला, "तुमची ड्यूटी मी घेतली आहे. मिस्टर बो-डिच्."

नॅटने त्याचे आभार मानले. तो बोटीच्या नाळेकडे गेला. खूप वेळ तो तसाच तिथे उभा होता. आभाळात पाहत होता. चंद्रोदय झाला. त्या बिंबाचे केवढे तरी प्रतिबिंब समुद्राच्या पाण्यावर पसरले, तेज ओसंडून वाहू लागले. नॅटला केव्हातरी

कळले, आपण डोळे फाडफाडून पाण्याकडे पाहत आहोत. हे किती खोल असेल बरे?... किती खोल असेल?

झटक्याने तो कॉलिन्सकडे गेला. म्हणाला, "मिस्टर कॉलिन्स, ही ड्यूटी मला हवी आहे. मला ही करू द्या."

कॉलिन्स हळव्या सुरात म्हणाला, "करा, मिस्टर बो-डिच्. मी नाही तरी कसा म्हणू? मिस्टर बो-डिच्, माझी बायको वारली तेव्हाची आठवण होते. कामात मन रमतं, मिस्टर बो-डिच्. आणि तसं ते रमलेलंच बरं असतं."

विचित्र प्रवास

सालेमची भूमी दिसेतोवर नॅटला आपण आपल्या दुःखावर ताबा मिळवला आहे असा आत्मविश्वास वाटत होता आणि एकाएकी त्याचे सुकाणूवरले हात कापू लागले.

एलिझाबेथच्या आईशी काय बोलायचे? अर्थहीन, वेडेपणाचे वाटणार नाही असे काय बरे आहे बोलायला आता? शब्दांची कला अवगत असती, अभिनय येत असता तर बोललो असतो काहीतरी. केले असते सांत्वन; पण आता? कदाचित एलिझाबेथची आई आपल्याला पाहताच संतापाने जळेल. आपला चेहराही पाहू नये असे तिला वाटत असेल. कशाला पाहायचा हा चेहरा तिने? आमच्या जुन्या सुखाच्या स्मृतींनी बिचारीचे अंतःकरण पिळवटून जायला? नॅटला वाटले, आपण तिला सांगावे, तुमच्या मुलीसोबत तुम्ही दिलेला हुंडा परत घ्या. तुम्ही आहात तिथेच सुखरूप राहा. मला गेले पाहिजे. काम आहे ना. फार फार महत्त्वाचे काम आहे. दर्यावरचे गडी आम्ही, भावना मरतात साऱ्या...

नांगर गडगडा सुटून पाण्यात पडला.

कॅप्टनचे शब्द ऐकू आले, "मिस्टर बो-डिच्, तुम्ही बंदरावर जा आता."

"होय, सर."

नॅट बंदरावर उतरला. तिथे पोली होती. दोन्ही बाहू पसरून त्याला तिने कवटाळले आणि त्याचे मृदू चुंबन घेऊन म्हणाली, "आत्या वाट पाहते आहे तुमची. मी पुढे आले तुम्हाला न्यायला, वाटेत एलिझाबेथबद्दल सांगायला. म्हणजे आत्यापुढे तुम्हाला तेवढं अवघड वाटणार नाही!"

रित्या सुरात नॅट म्हणाला, "एलिझाबेथसारखी आहेस तू. फार गोष्टी

समजतात तुला.''

वाटेत त्याला पोलीने एलिझाबेथ क्षयाने गेल्याचे सांगितले. क्षयावर तेव्हा औषध नव्हते. देवीवर निघाले होते; पण क्षयावर नव्हते. शेकडो माणसे झिजून झिजून एक दिवस बोलावल्यासारखी निघून जात.

एलिझाबेथच्या आईशी भेट झाली. वाटली होती तितकी ती प्रत्यक्षात अवघड गेली नाही. खरे एकाकी, केविलवाणे वाटू लागले रात्री निजण्याच्या खोलीत एकटेच उरल्यावर. या खोलीत पोलीने एक मेज, एक आरामखुर्ची, पुस्तकांची कपाटे असे काही काही मुद्दामच आणून ठेवले होते. ते पाहिल्यावर त्याने पोलीला विचारले होते, ''तुम्ही दोघी माझ्याशी इतक्या चांगुलपणाने का वागता आहात, पोली?''

आणि यावर पोली उत्तरली होती, ''यात केवळ आमचा स्वार्थ आहे. तुम्ही आम्हाला इथे हवे आहात.''

डॉ. बेण्टलेनी नॅटला तो गेल्यापासूनची सालेमची अद्ययावत माहिती दिली. डर्बींची तब्येत खचून ते मृत्युपंथाला लागले होते. त्यांची शेवटची एकच इच्छा राहिली होती : अमेरिकन आरमाराकरता सालेममध्ये एक छोटी युद्धनौका बांधणे. त्यासाठी एकूण ७६ हजार डॉलर्स हवे होते; यांतले दहा हजार त्यांनी देऊ केले होते. यासंबंधात नौकेसाठी लागणाऱ्या लाकडासाठी जनतेचे साहाय्य मागणारे पत्रकही काढण्यात आले होते. ते बेण्टलेनी नॅटला दाखवले. नौकेचे बांधकाम सुरू झाले होते, तिथे त्यांनी नॅटला नेले. सोबत पोलीही आली. कॅप्टन प्रिन्सही होता. बांधली जाणारी ती युद्धनौका केव्हा ना केव्हा अमेरिकन आरमाराच्या उपयोगाला यायची होती. डर्बींची इच्छा पुरी व्हायची होती.

तिथेच बंदरात त्यांनी 'आस्ट्रिआ' उभे असलेले पाहिले. त्यावर नवीनच माणसे वावरत होती. बोस्टनच्या कोणीतरी ते विकत घेतले होते.

प्रिन्स म्हणाला, ''मला हे जहाज असंच्या असं देऊन टाकलं तरी मी आता त्यावरून प्रवासाला जायचा नाही.''

नॅटच्या तोंडून निघून गेले, ''मी आत्ता जाईन.''

आणि मग त्याचे त्यालाही आश्चर्य वाटले. प्रिन्सला, बेण्टलेना गोंधळल्यासारखे झाले. त्यांनी घाईने वेगळा विषय काढला. पोली मात्र नॅटकडे रोखून पाहत म्हणाली, ''तुम्ही जाल हे मला केव्हाच माहीत आहे आणि तुमचा त्यात दोष आहे असंही नव्हे.''

नॅटला वाटले, ही पोर सारेच समजून आहे. प्रियतम अंतरल्यावर माणसाच्या हृदयातली पोकळी कोणीही भरून काढू शकत नाही हे हिला कळले आहे.

सारी परतली.

घरी एक पत्र येऊन पडले होते.

अमेरिकन आर्ट्स अँड सायन्सेस ॲकॅडमीचा 'फेलो' म्हणून नॅटची निवड झाल्याची आनंदवार्ता त्यात होती.

एलिझाबेथच्या आईला आणि पोलीलाही मनस्वी आनंद झाला. नॅट मात्र हृदयाच्या पोकळीत काही साद उठेल म्हणून वाट पाहत नुसताच ते पत्र चाचपडत होता. कसला तरी तिढा बसला होता आणि तो काही केल्या उकलत नव्हता.

नॅटच्या या सन्मानाची वार्ता सालेमभर पसरली. ॲकॅडमी कसली आणि फेलो म्हणजे काय, ते सर्वांना कळले असे नाही; पण तरीही या सुवार्तेचे सर्वांनी उत्साहाने स्वागत केले. नॅटने नौकानयनाबाबत काही नवे काम करून दाखवले होते एवढे सर्वांना समजले होते; परंतु साऱ्यांच्या मते नौकानयन म्हणजे जहाज एखाद्या ठिकाणी नेणे आणि परत आणणे. ते काय शास्त्र होते? नॅट काय शास्त्रज्ञ होता? शास्त्रज्ञ म्हणजे लांब दाढ्यांचे, जाडजूड पुस्तके वाचणारे, मोठमोठे शब्द उच्चारणारे जडजंबाल लोक. समुद्रावर हिशेबनीस कारकून आणि सेकंड मेट म्हणून प्रवास करणारा तरुण, पोरगेला शास्त्रज्ञ कुणी पाहिला होता? आणि मग या ॲकॅडमीची फेलोशिप नॅटला कशी मिळाली?

परंतु या तपशिलात जाण्याची कुणाची इच्छा नव्हती. साऱ्यांना आनंद वाटला एवढे खरे!

एके दिवशी संध्याकाळी कॅप्टन प्रिन्स मुद्दाम नॅटला भेटायला आला. म्हणाला, "तुला प्रवासाला जायची इच्छा होती, तत्काळ जायची इच्छा होती असं तू एकदा म्हणाला होतास. अद्याप ती कायम आहे?"

नॅट म्हणाला, "हो."

"तर मग," प्रिन्स म्हणाला, "आस्ट्रिआच्या नव्या मालकाची इच्छा आहे की, ते जहाज घेऊन आपण बटाव्हियाला जाऊन कॉफी आणायची. ते म्हणतात, बोस्टनला आपल्याला जहाजावर खरोखर चांगली माणसं कामाला मिळतील."

नॅटने होकार दिला. 'सुपर-कार्गो' म्हणून त्याने कॅप्टन प्रिन्सबरोबर या सफरीवर जायचे होते.

नॅट बोस्टनला जाण्यापूर्वी हॅब आणि विल्यम आपापल्या जहाजांवरून सालेमला येऊन पोहोचले. दीर्घ कालानंतर तिघा भावांची ही अशी गाठभेट झाली. नॅटविषयी त्या दोघांनी त्यांच्या हाताखाली काम केलेल्या खलाश्यांकडून बरेच ऐकले होते; त्यामुळे त्याचा त्यांना साहजिकच मोठा अभिमान वाटत होता. तरीही चेष्टा-विनोदाला खूप ऊत आला. मिसेस बोर्डमनचे – नॅटच्या सासूचे घर नुसते दणाणून गेले. मग हे तिघे जाऊन मेरी आणि लुईलाही भेटले. मेरी गहिवरून म्हणाली, "मला तुम्हा तिघांचा किती अभिमान वाटतो म्हणून सांगू? बसा असे

रांगेने. मी आपली पाहत राहते तुमच्याकडे! किती काळानं पुन्हा एकत्र आलो, नाही रे आपण?''

चांगली पहाट फटफटेपर्यंत बोलणी-चालणी चालली होती. हॅबला, विल्यमला सकाळीच बंदरावर पोहोचायचे होते. त्यांची जहाजे निघणार होती. नॅटने बंदरापर्यंत जाऊन काहीसा घाईने त्यांचा निरोप घेतला. त्याला मनात वाटले, आपलेही इथून जाणे असेच झटपट घडले पाहिजे. निरोप घेण्याचा अनवस्था प्रसंग नको. निदान पोलीचा निरोप घेणे नको.

याच काळात मूअरच्या नौकानयनाविषयीच्या पुस्तकांचा प्रकाशक नॅटला पुन्हा येऊन भेटला. या पुस्तकाची नवी आवृत्ती निघणार होती; ती नॅटने बारकाईने तपासून द्यावी अशी त्याची इच्छा होती. नॅटने हे काम खुशीने पत्करले. त्याच्या दृष्टीने, हजारो माणसांचे जीवित या पुस्तकांच्या अचूकपणावर अवलंबून होते आणि त्यात चुका न राहाव्या म्हणून झटणे त्याचे एक पवित्र कर्तव्य ठरत होते.

नॅट म्हणाला, ''हे काम करायला मी तयार आहे.''

ब्लंट आनंदाने म्हणाला, ''छान. हे तू माझ्यावर उपकारच करतोय असं मी मानतो.''

नॅट मात्र स्पष्टपणे म्हणाला, ''हे कोणावरही व्यक्तिगत उपकार नाहीत किंवा कुठल्या प्रकाशकावरसुद्धा! जहाजावर असताना यावर जे अवलंबून असणारे लोक असतात त्यांच्यासाठी मी हे करतोय.''

नॅटचा निघण्याचा दिवस येऊन ठेपला आणि त्याच्या खोलीतल्या टेबलावर त्याला चिठ्ठी मिळाली.

तुम्हाला 'गुड बाय' म्हणायला मिळणार नाही म्हणून वाईट वाटते, असे मी तुम्हाला वास्तविक लिहायला हवे; पण खरे सांगते, मला वाईट वाटत नाही, कारण मला या निरोपाच्या वेळाच आवडत नाहीत. तुम्हाला आवडतात? तुमचा प्रवास सुखाचा होवो!

मुलगी आहे की चेष्टा! नॅटने चिठ्ठी चुरगळली, जमिनीवर फेकली– आणि मग ती उचलून, नीटनेटकी करून त्याने एका पुस्तकात नीट ठेवून दिली.

नॅट आणि प्रिन्स बोस्टनला पोहोचले. बंदरावर गेले. 'आस्ट्रिआ'वर एका पहारेकऱ्याव्यतिरिक्त कोणी नव्हते. नव्याने भरती केलेले खलाशी कर्जनिवारणापोटी एका महिन्याचा आगाऊ पगार घेऊन आणि पोटभर खाऊन-पिऊन पसार झाल्याचे त्याच्याकडून कळले.

"गुड रिडान्स.." कॅप्टन प्रिन्स उत्साहाने म्हणाला.

ते मालकाला भेटण्यासाठी गेले. तिथे ते दोघांना भेटले. पहिली व्यक्ती बारीक होती मात्र सक्षम वाटत होती परंतु प्रचंड रागीट होती. दुसरी व्यक्ती टॉवसेन याला मालकाच्या विनंतीमुळे ती जागा मिळाली होती.

त्या मालकांनीही समाविष्ट टीमबद्दल दिलगीरी व्यक्त केली. माणसं जहाजावरून उड्या मारतील याची त्यांना काहीही कल्पना नव्हती किंवा त्यांनी कोणतीही काळजीही घेतलेली नव्हती.

कॅप्टन प्रिन्स पुन्हा म्हणाला, "गुड रिडान्स. आम्हाला अधिक चांगले काहीतरी नक्कीच मिळेल."

बोस्टन बंदरात जागोजागी शोध घेऊन, नॅट आणि प्रिन्सने उपलब्ध होते त्यातले उजवे लोक निवडले. कर्जनिवारणापोटी त्यांनाही महिन्याचा पगार आगाऊ दिला आणि त्यांना जहाजावर भरती केले. काही आपखुशीने आले तर काहींना बेहोष स्थितीत गुत्त्यांतून ओढून जहाजावर आणून टाकावे लागले.

संध्याकाळपावेतो सारी माणसे हजर झाली. आता भरतीची वाट पाहत थांबणे भाग होते; परंतु कॅप्टन प्रिन्सने तत्काळ फर्स्ट मेटला हुकूम दिला, "जहाज सुरू करा."

"पण सर," तो चाचरत म्हणाला. "अद्याप भरती–"

"जहाज सुरू करा!" प्रिन्सने आवाज कडक केला.

गोंधळात पडलेल्या खलाश्यांनी डेकवर धावपळ सुरू केली. शीड उभारण्यात आले. प्रिन्स गरजला, "जाऊ द्या जहाज."

आणि 'आस्ट्रिआ' सुरू झाले. धारेला लागले. ओहोटीच्या पाण्यात! फर्स्ट मेटच्या मुद्रेवर प्रश्न उभा होता, या कप्तानाचे डोके तर बिघडलेले नाही ना? नॅटला तो प्रश्न जाणवला.

प्रिन्सने किंचित्काळात नवा हुकूम सोडला, "नांगर सरसावा."

आणि जहाज नांगरण्याची पुढली आज्ञा सुटताच धडधडा नांगर पाण्यात जाऊन रुतला. जहाज थबकले. किनारा फार नाही तरी बराच दूर राहिला होता. हे सर्व एकदा पाहून घेऊन कॅप्टन प्रिन्सने खलाश्यांना विश्रांती जाहीर केली.

नॅटला जाणवले होते, कॅप्टनचा आजचा नूर काही वेगळाच होता.

कॅप्टन प्रिन्स खाली निघून गेला. मागोमाग नॅट गेला.

साऱ्यांनाच कॅप्टनच्या विक्षिप्तपणाचा अर्थ आता कळून चुकला होता. कारण एक-दोघे सोडले तर बाकीच्यांना आगाऊ पगार हाती पडताच, पोटभर जेवून-खाऊन, जहाज निघण्याच्या आत पसार व्हायचे होते. आधीच्या खलाश्यांना हे जमले हे त्यांना माहीत होते.

आणि त्यांना आता हे जमणार नव्हते, पळणे शक्य नव्हते. ते अडकले होते. जमीन आणि जहाज यांच्या दरम्यान समुद्राचा मोठा विस्तार होता.

प्रत्येकाच्या मुद्रेवर लाजेपोटीचा संताप स्वच्छ दिसत होता.

कॅप्टनने नॅटला सूचना दिली, ''रात्री खलाश्यांबरोबरीने आपण जाग ठेवली पाहिजे. आजची रात्र सुरळीत गेली की, उद्या आपण निघणार. मग त्यांना पळण्याची संधी नाही. आजची रात्र सरली की, आपण आराम करायला मोकळे!''

नॅटच्या मनात विचार आला, आराम करायला मोकळे– कॅप्टनबद्दल डूख धरलेली डझनभर माणसे जवळपास वावरत असताना– खलाशी म्हणून भरती केलेल्यांतल्या अनेकांना समुद्राचा अनुभव नसताना– हे कसे काय?

पुस्तक विक्री

महिनाभराने उत्तर अॅटलांटिक महासागरातल्या 'रोअरिंग फॉर्टीज'शी मुकाबला करून ते पलीकडे निघाले. जहाजावरची अननुभवी माणसे आता कुठे सराईत बनत होती. सर्व कामे व्यवस्थित आणि मनाजोगी पार पडू लागली होती. तरीही साऱ्या वातावरणावर एक भयावह छाया दाटून राहिलेली होतीच. द्वेषाची, आकसाची ही छाया!

आस्ट्रिआ आता मोहिमेसाठी पुन्हा सज्ज झालेली होती. मात्र सुलेनचा मूड काही तितकासा चांगला दिसून येत नव्हता. जणू काही एखादा सैतान त्याच्यावर स्वार झालेला असावा असे वाटत होते. जेव्हा तो डेकच्या खाली केबिनमध्ये काम करीत असायचा तेव्हासुद्धा नॅटला त्याच्या पाठीमागून द्वेषाने तो पाहतोय असंच वाटत राहायचं. एखाद्या श्वापदाने रात्रीच्या वेळी त्याचा चावा घेतला असावा अशी काहीशी ती पिसाळलेली नजर वाटायची.

ल्युप हा त्या सगळ्या क्रूमधला अगदीच वाईट माणूस होता. कारण तो हसायचा. बारीकसा तरुण होता. मांजर सावधपणे चालते तसा तो हळूहळू चालायचा आणि तितक्याच सावधपणे बोलायचा.

''केप येईपर्यंत आपण थोडा आराम करू शकतो आता.'' प्रिन्सने सांगितले. ल्युपविषयी त्याच्या सुपरकार्गोला काय वाटत होते हे माहीत असतानाही कॅप्टन प्रिन्स असे कसे काय म्हणू शकतो याचेच नॅटला आश्चर्य वाटत होते. ल्युपविषयी त्याला जे वाटत होते तो त्याचा भ्रम होता, कल्पना होती की खरंच ल्युप सतत त्याच्यावर लक्ष ठेवून होता? नॅट जेव्हा डेकवर रात्री साईट्स घेत असायचा तेव्हा तो लपूनछपून त्याच्या मागावर असायचा का? आता दोन आठवडे झाले होते.

आपल्या मागावर कुणीतरी पाळत ठेवून आहे असे नॅटला राहूनराहून वाटत होते. एकदा तर दुसरा तारा पाहण्याच्या निमित्ताने त्याने अंधारात चटकन मान वळवून पाहिले देखील होते परंतु त्याला तेव्हा तिथे कुणी दिसले नव्हते.

रात्रीच्या वेळा रेखांश चांगल्या रीतीने टीपता येईल म्हणून नॅट काम करीत होता. त्यासाठी मुरेची टेबल्स पाहत बसला होता. तेवढ्यात त्याचा दरवाजा उघडल्यासारखे त्याला वाटले. त्याने त्या दिशेने पाहिले. खुर्ची फिरवली. थंडगार घाम त्याच्या पाठीवरून ओघळत गेला. भीतीने अंगावर शहारा आला. हे सगळं थांबायला हवं! त्याने रागाने मुरेचे पुस्तक बंद केले. हातात एक मोठी काठी घेऊन तो वर गेला. मुद्दामून पुढे गेला आणि रेलवर टेकून पाण्याच्या दिशेने तोंड करून उभा राहिला. मी इथेच उभा राहीन आणि हा खेळ एकदाचा संपवेन.

त्यालाच लक्षात आले नाही की कितीवेळ तो तिथेच उभा होता. तेवढ्यात मांजरीच्या पावलांनी हळूच कुणीतरी मागे येऊन थांबल्यासारखं त्याला वाटलं.

आवाज कानात आला. "सेनॉर?"

नॅट हळुवारपणे मागे वळत म्हणाला, "बोल ल्युप?"

त्या अंधारातही ल्युपचे पांढरे दात चमकले. त्याच्या एका हातामध्ये चाकू होता. तो म्हणाला, मला कृपया थांबवू नकोस. मी जे काही म्हणतोय ते ऐकून घे. मला पटकन सांगू दे मला काय म्हणायचंय ते नाहीतर मी हतबल होऊन जाईन. दोन ते तीन आठवडे मी या निराशेतून बाहेर पडायचा प्रयत्न करतोय."

ल्युप त्याच्या मागोमाग येत राहिला. नॅट पुन्हा म्हणाला, "बोल ल्युप?"

"मला तुला विचारायचंय की आपण आपल्याला जे माहीत आहे त्याची देवाणघेवाण करायची का?"

"म्हणजे कशाची नेमकी?"

"मला नेव्हीगेशन शिकायचे आहे. मी तुला चाकू कसा फेकून मारायचा ते शिकवेन. तू मला नेव्हीगेशन शिकव. चालेल?"

नॅटला हसू आले. मात्र ल्युपचा चेहरा गंभीर होताना पाहून त्याने स्वत:ला सावरले. तो म्हणाला, "मला माफ कर ल्युप. पण मी चाकू मारायला शिकतोय ही कल्पना डोळ्यासमोर आली म्हणून मला हसू आलं."

"पण तुला ते जमेल आणि ही चांगली गोष्ट आहे शिकण्यासारखीच. त्याचबरोबर मी तुला सेरेन्टास गायलाही शिकवेन."

या खेपेला नॅटने फक्त स्मितहास्य केले. "मी सेरेन्टास गातोय हे सुद्धा गंमतीशीर वाटतंय मला."

"नाही नाही. तू नक्की करू शकतोस. कारण एकदा ते शिकलास की तू जगातील कोणत्याही सेनोरिटाला सहज जिंकू शकतोस. पहिल्यांदा चाकू मारायला

शिक म्हणजे तुझे शत्रू घाबरतील. ते गेले की सेरेन्टा गा. ती मुलगी तुझीच होऊन जाईल. तुलासुद्धा लग्न करायचंच आहे ना.?''

''माझे लग्न झाले होते ल्युप. ती देवाघरी गेली.''

ल्युपच्या चेहऱ्यावरचे हास्य लोपले. त्याचे डोळे विस्फारले ''तू बाईला जिंकलं होतंस? सेरेन्टा नाही?''

''नाही.''

''अरेरे. तू कसं केलं होतंस?''

या खेपेला मात्र नॅट त्याचं हसणं रोखू शकला नाही. ''ठीक आहे ल्युप. मला तुला नेव्हीगेशन शिकवायला नक्की आवडेल. तुला गणितातलं किती कळतं हे आधी मला सांग.''

''म्हणजे आकडे?'' ल्युपच्या चेहऱ्यावरचं हास्य पुन्हा गायब झालं होतं.

''मी माझी बोटं कमी जास्त करेन. तू नेमका आकडा मला मोजून सांगायचास. चालेल?''

''आपण बेरीज वजाबाकी पहिल्यांदा कशी येतेय ते पाहू.''

''त्यानंतर तू मला शिकवणार का?''

''तुला अंकांविषयी आणखी काय माहिती आहे?''

''बेरीज वजाबाकीच. आणखी काही असतं का? म्हणजे मी नेव्हीगेशन शिकू शकणार नाही का?'' ल्युपने निराशेने विचारले.

''थांब मला विचार करू दे. आपल्याकडे जर लॉग टेबल असतील तर फक्त बेरीज वजाबाकीनेसुद्धा तू नेव्हीगेशनवर काम करून समस्या सोडवू शकशील असं मला वाटतंय.''

''लॉग टेबल्स? मी तयार करेन. लाकडापासून.'' ल्युपने आश्वासन दिले.

''नाही नाही ल्युप ती तशी टेबल्स नाहीत. यामध्ये फक्त अंकांना क्रमाने लिहिलेले असते. मी ते लिहून काढेन. ठीक आहे.''

''तू हे खरंच करशील? ल्युपसाठी?''

''फक्त एकाच अटीवर'' नॅटने विचारले.

''काहीही सांगा. मी तुला सर्वोत्तम असे सेरेन्टास शिकवेन. सगळं जग तुझ्या पायाशी असेल. तू कधीही अपयशी होऊच शकणार नाहीस.''

''तू तुझ्या पत्नीला अशाच पद्धतीने जिंकलं आहेस का ल्युप?''

ल्युप उसासा सोडत म्हणाला, ''नाही. तिने ल्युपसोबत लग्न केले नाही. तिच्या भावांनी नकार दिला तिला.''

नॅटने दुसरीकडे तोंड फिरवले आणि तो कसाबसा त्याचे हसू लपवण्याचा प्रयत्न करू लागला. पुन्हा हसू रोखून तो ल्युपकडे पाहत म्हणाला, ''मी एकाच

अटीवर तुला शिकवेन. ती म्हणजे तुझ्यासोबत मी जहाजावरील सगळ्यांनाच हे शिकवेन."

"ओह.. असं का?"

"कारण एका माणसाला शिकवण्यापेक्षा अनेकांना एकाच वेळी शिकवणं सोपं नाही का ल्युप? तू त्यांना आणू शकशील का?"

काही क्षण थांबून हसून तो म्हणाला, "हो ते येतील. ल्युपसाठी ते काहीही करतील."

तो वळला आणि अंधारात नाहीसा झाला.

टॉवसेन हा नॅटच्या केबिनमध्ये एके रात्री आला. आणि म्हणाला, "तुम्ही जहाजावरच्या सहकाऱ्यांसोबत काय करीत आहात?"

"मी त्यांना नेव्हीगेशन शिकवतो आहे."

टॉवसेन काहीशा निराशेनेच म्हणाला, "ते किती शिकू शकणार आहेत?"

नॅटने मुरेचे पुस्तक उघडले. तो तयार करीत असलेली टेबल्स दाखवली आणि म्हणाला, "हे काम जेव्हा पूर्ण होईल तेव्हा त्यांच्यातील प्रत्येकजण रेखांशावर काम करू शकण्यास तयार झालेला असेल."

टॉवसेन अस्वस्थतेने म्हणाला, "अशाने जहाजावर कोणती शिस्त राहणार आहे. तुमच्या अधिकाऱ्यांना जे जमत नाही ते या हातांना शिकवून तुम्ही काय साध्य करणार आहात?"

नॅट म्हणाला, "हे तर तूसुद्धा शिकू शकतोस. ल्युपइतकाच तुदेखील हुशार आहेस. आता मला जरा काम करू दे."

टॉवसेन निघून गेला. नॅट पुन्हा आपल्या कामात गढून गेला. वैतागून त्याने पुस्तक बंद केले आणि तो प्रिन्सच्या केबिनमध्ये गेला. "या मूरेला वैतागलो मी. तुला माहितीये मला किती त्रुटी त्यात सापडल्या आहेत? आठ हजार!"

प्रिन्सने त्याच्याकडे रोखून पाहिले. तो म्हणाला "हे अशक्य आहे."

"मी हे पॉईंट टू पॉईंट सिद्ध करून दाखवू शकेन. तुला माझे आकडे आणि त्याचे पाहायचे आहेत का?"

कॅप्टन प्रिन्सने नकार दिला. कारण बो-डिच्.च्या शब्दांवर त्याचा पूर्ण विश्वास होता. तो म्हणाला, "बो-डिच्. आता पुढे काय?"

"आता मी माझे स्वत:चेच पुस्तक लिहिणार आहे. त्यामध्ये या पुस्तकात नसलेल्या तीन गोष्टींचा नव्याने अंतर्भाव करणार आहे. पहिल्यांदा ही सर्व टेबल्स सुधारलेली असतील. दुसरे म्हणजे कोणत्याही समुद्रावर प्रवास करणाऱ्याला समजतील अशा भाषेत सर्व संकल्पना स्पष्ट करण्याचा मी प्रयत्न करेन. आणि तिसरे म्हणजे मी स्वतंत्र टेबल्स देईन. त्यामुळे नेव्हीगेशनच्या वेळी येणाऱ्या

समस्या सोडवणे त्यांना सोपे जाईल.

कॅप्टन प्रिन्सला मात्र ही कल्पना अचाट आणि अशक्यही वाटली. ''हे जर तू करू शकलास.. अर्थात त्याचीही मला शंकाच वाटते. पण हे सगळं करायला तुझं सगळं आयुष्य जाईल.. आणि इतका काळ तू तरी जगशील की नाही याची शंका आहे.''

नॅट गरजला. ''मी ते करू शकेन. मी ते आत्ताच करणार आहे. मी जर ल्युपला रेखांशावरचा अभ्यास शिकवू शकतो तर मी काहीही करू शकतो.'' त्या केबिनमध्ये त्यानंतर एक शांतता पसरली.

कॅप्टन प्रिन्स आपल्या रागावर नियंत्रण ठेवत म्हणाला, ''तू कर तुझं काम बो-डिच्..''

नॅट वर जहाजावर आला. रेखांशाचे निरीक्षण करण्यासाठी जहाजावरील साध्या कर्मचाऱ्यांना शिकवण्यास तो सुरूवात करणार होता. त्यामुळे आजची रात्र वेगळीच ठरणार होती.

जेव्हा आस्ट्रिआ सुंडा स्ट्रेटच्या जवळ पोहोचली तोवर नॅटने टॉवसेनला खूपशा गोष्टी शिकवल्या होत्या. रेखांश कसे शोधायचे हे त्याने टॉवसेनसह सर्व कर्मचाऱ्यांना शिकवले होते.

बटाव्हियाला जहाज नांगरले, तेव्हा बोस्टनहून अनिच्छेने निघालेले बाजारबुणग्यांच्या जातीचे खलाशी समर्थ दर्यावर्दी बनले होते. नौकानयनाच्या शास्त्रांत ते कमी-अधिक तरबेज झाले होते. त्यांच्यात अजाणताच एक प्रकारची शिस्त बाणली होती आणि मनातला आकस निवला होता. या साऱ्याचे श्रेय बव्हंशी नॅटला होते!

जेव्हा त्यांचे जहाज बटाव्हियाला येऊन थांबले तेव्हा नॅटने सुटकेचा निःश्वास टाकला. सुरुवातीला एका निराश वाटणाऱ्या सहकाऱ्यांसोबत सुरुवात झाली होती परंतु प्रवास संपताना ते सारे सक्षम बनलेले होते. ते सारे प्रसन्नतेने हसत होते. कॅप्टन प्रिन्स आणि चीव्हर्स यांच्या समवेत नॅट गेला आणि त्यांच्या कॉफीच्या कार्गोसाठी ते घासाघीस करू लागले.

दोन दिवसानंतर मात्र ते तिघेही एकमेकांकडे पाहू लागले कारण तिथे कॉफी शिल्लकच नव्हती.

ब्रिटिश कॅप्टनने त्यांच्याविषयी सहानुभूती व्यक्त केली आणि म्हणाला. ''हे फार वाईट झालं. तुमच्या परतीच्या प्रवासाला तुमच्याकडे काहीही नाही. फार महागडी चूक झाली ही. तुम्ही सगळं काही विकून बसलात आणि आता खरेदी करायला काहीच नाही. खरंच फार वाईट झालं.''

कॅप्टन प्रिन्स म्हणाले, मनिला नेहमीच आहे.

ब्रिटिश कॅप्टनला मात्र खूप सहानुभूती वाटत होती. तो म्हणाला, "हवामानाचा अंदाज घेऊन प्रवास केलेला केव्हाही चांगला. तुम्ही आत्ता मनिलाच्या दिशेने आत्ता कूच कराल तर कदाचित मॉन्सूनच्या तावडीत तुम्ही सापडू शकाल."

ते आस्ट्रिआवर परतले तेव्हा खूप निराश होते. त्यांचे मूड गेलेले आहेत हे चार्लीच्या लक्षात आले.

"आपली मोहीम अयशस्वी झाली हे फार वाईट झालं." चीव्हर्स म्हणाला.

"आपण अपयशी नाही. आपण अजूनही मनिलाला जाऊच शकतो." नॅट त्वेषाने म्हणाला.

चीव्हर्स भुवया उंचावत त्याच्याकडे पाहत म्हणाला, "या वादळी वाऱ्यांशी सामना करीत जायचं तिथं. माझ्या आकडेमोड करणाऱ्या मित्रा कधी प्रत्यक्षात जहाज चालवून पाहा."

"याचा अर्थ आपण जाऊच शकतो ना."

प्रिन्स त्यांच्याकडे पाहत म्हणाला, "चीव्हर्स आपण पुन्हा जहाजप्रवासासाठी... मनिलाच्या दिशेने जाण्यासाठी कधी सज्ज होऊ शकतो?"

चीव्हर्स या आदेशाने अवाक् झाला... "पण सर... ते वादळी वारे.."

"चीव्हर्स"

"सर..." आज्ञा पालन करण्यासाठी तो डेकवर निघून गेला.

ते आता घरी जाण्याऐवजी मनिलाला जाऊन मग जाणार होते त्यामुळे त्यांना घरी पोहोचण्यासाठी बराच उशीर लागणार होता. आत्तापर्यंतची सफर चांगली झाली होती. सोबत असणारे सर्व सहकारीही चांगले होते. त्याने हे सारे पत्रामध्ये लिहिले.

त्याच रात्री चार्ली नॅटकडे आला आणि म्हणाला, "बो-डिच्. सर, मॉन्सून चुकीच्या मार्गाने सध्या जातोय का?"

"होय चार्ली."

"आणि आपण वाऱ्याच्या विरुद्ध दिशेने जायचं म्हणतोय? केपला वळसा घालताना आपण जसे कसरत करत आलो तसंच पुन्हा?"

"होय."

"मनिलापर्यंत?"

"होय."

"आपण सगळं नीट करू शकू ना?"

"अर्थात.. आपण नक्कीच पार करू."

कल्पना निघाली की, असेच मनिलाला जावे; पण त्या भागात पावसाळी वारे सुरू झाले होते आणि जहाजाला त्यांच्याशी झगडत पुढे सरकावे लागणार

होते. नॅटने याबाबत नेट धरला. असे हात हलवीत परत फिरण्यापेक्षा, कितीही दिवसगत झाली तरी मनिलाला जाणे शहाणपणाचे होते.

गेल्या खेपेला हे जहाज पंधरा दिवसांत सुंडाची सामुद्रधुनी पार करून मनिलाला पोहोचले होते. या खेपेला ही सामुद्रधुनी पार करण्यासाठी हे जहाज तब्बल दोन महिने वेडीवाकडी, उलटसुलट वाटचाल करीत पुढे सरकत होते. अखेर एकदाचे मनिला आले. तेथील इतर कप्तानांचा या विक्रमावर विश्वासच बसेना. त्यांच्या मते नौकानयनाच्या शास्त्रात विशेष तरबेज असे कुणी जहाजावर असल्याविना हे शक्य नव्हते. यावर कॅप्टन प्रिन्स खांदे उडवून उद्गारला, ''त्याचं काय मोठं! आमच्या जहाजावर प्रत्येक खलाश्याला ते शास्त्र समजतं!'' चार्लीने घसा साफ केला आणि ताठ बसला.

प्रिन्स म्हणाला, ''जाऊ दे पुढे चार्ली. तू रेखांश कसे मोजलेस ते कॅप्टन हडसनला सांग.''

''याच पद्धतीने करायला हवं सर. चंद्राची वाट पाहून त्याच्या प्रकाशात चांदण्या पाहत बसण्यात अर्थ नाही.''

कॅप्टन प्रिन्सला मात्र अचानक खोकल्याची उबळ आली.

सप्टेंबर महिन्याच्या अखेरीस ते बोस्टनच्या किनाऱ्यावर पोहोचले. त्यांनी सर्व टीमला त्यांचे पैसे दिले तेव्हा प्युपने नॅटचा निरोप घेतला. दोन आठवड्यानंतर कॅप्टन प्रिन्स आणि नॅट हे घराच्या परतीच्या प्रवासाला निघाले. सालेममध्ये त्यांना पहिल्यांदा भेटले ते अमान्डा हार्वे आणि तिचा भाऊ झॅक. ते घोड्यावरून उतरले. आणि नॅटने विचारले, लेमची काय बातमी आहे, अमान्डा?''

त्याबरोबर अमान्डा रडू लागली. पुस्तकांच्या विक्रीसाठी केलेल्या प्रवासात लेमचा जीव गेला होता. ''टीम येट्सला विचारा. या सगळ्यात तो एकटाच जिवंत राहिला. तो तुला पुस्तकांच्या विक्रीविषयी सांगेल.'' त्याने तिला धीर देण्याचा प्रयत्न केला.

हे नॅटला मनस्वी लागले. एसेक्सला त्याला टिम येट्सकडून अधिक काही कळले. त्याला कळले की, मूअरच्या पुस्तकातल्या एक चुकीने त्या जहाजाचा बळी घेतला होता. त्या एका पुस्तकी चुकीमुळे कित्येक खलाश्यांचा घास दर्याला मिळाला होता! टिम येट्स म्हणाला, ''पुस्तकाने घात केला आमचा. आमचा सेकंड मेट लेम हार्वे त्यावर अवलंबून नसता तर त्याने जास्त काळजी घेतली असती, पाण्याची प्रत्यक्ष खोली वारंवार अजमावली असती.''

आणि हे सारे नॅट पचवतो तोच त्याला वार्ता कळली की, या दर्याने हॅब आणि विल्यमचाही घास घेतला होता!

नवे धागे जुळताना

नॅट गावात आला, तो तडक मेरीकडे गेला. मेरी रडली नाही. ती कोरड्या डोळ्यांनी, तळमळून एवढेच म्हणत होती, "नॅट, या दर्याचा मला राग येतो रे राग येतो! भारी राग येतो, भारी भारी राग येतो!"

पुढे काय? तो पुढे काय करणार होता? मेरीने विचारले आणि नौकानयनावर तो स्वतः एक पुस्तक लिहिणार हे त्यावर त्या वेळी उत्तर नव्हते. यावर तात्पुरते काही उत्तरच नव्हते.

सासुरवाडीला पोहोचताच नॅटने स्वतःची खोली गाठून पुस्तकाच्या लेखनाला आरंभ केला. पोली घरी नव्हती. ती डॅन्व्हर्सला तिच्या घरी होती. एलिझाबेथच्या आईला नॅट आल्याने आनंद झाला होता. नॅट आपल्या हाताखाली शिकून गेलेल्यांची नावे आठवू लागला– कीलर, जॉनी ओवेन्स, लेम... लेमच्या स्मृतीने त्याच्या मुठी करकचून आवळून आल्या. क्रोध! वांझोटा क्रोध! निरुपयोगी क्रोध! त्याला हॅबची आठवण झाली, विल्यमची आठवण झाली– मागचेपुढचे हे भाऊ– रक्ताचे हे संबंध– संपले होते. नव्या जिद्दीने तो लेखनाच्या कामाला लागला. चित्त कुठे तरी गुंतवणे जरूर होते.

त्याचे हे अति श्रम पाहून एलिझाबेथची आई म्हणाली, "तुम्ही विश्रांती घ्यायला हवी आधी."

नॅट उत्तरला, "घेईन. आधी पुस्तक लिहून होऊ दे."

डेन्व्हर्सहून पोली आली, तेव्हा तिच्या आत्याने तिला नॅटच्या या अति श्रमांबद्दल सांगितले.

पोली हेही समजू शकली.

नॅटला भेटून तिने त्याला खूप उत्तेजन दिले. हेच त्याचे सांत्वन होते, हे तिला कळत होते. नॅटला यानंतर अधिकच जोम आला. रात्र रात्र त्याच्या खोलीतला दिवा जळू लागला. आत्याने याबाबत तक्रार केली तेव्हा पोली म्हणाली, ''अगं असं बघ, समज, आपल्या या गावानजीक दर्यात एखादं जहाज खडकावर आपटून फुटलं; तर गावातले सारे पुरुष मदतीला धावतील की नाही?''

आत्या म्हणाली, ''हो तर. धावलंच पाहिजे त्यांनी.''

''आणि आपण बायका त्यांना अडवणारही नाही.'' पोली म्हणाली, ''मग त्यांच्या प्राणावर बेतण्याची का धास्ती असेना.''

''हो. अगं, पण जहाज खडकावर फुटल्यावरची ही गोष्ट झाली.'' मिसेस बोर्डमन म्हणाली.

यावर पोली उत्तरली, ''प्रत्येक जहाज प्रवासाला निघतं तेव्हा एक प्रकारे मोठा धोकाच पत्करतं. कुठल्याही खडकावर ते फुटू शकतं. यासाठी नौकानयनाचं शास्त्र अचूक आणि पक्कं हवं. त्यावरचं पुस्तक बिनचूक, उत्तम हवं. नॅट नेमकं हेच करतो आहे. साऱ्या अमेरिकाभरच्या, जगभरच्या जहाजांचे प्रवास सुखरूप व्हावेत म्हणून तो ते पुस्तक खूप विस्तारानं आणि परिश्रमपूर्वक लिहितो आहे. आपण आड येणं कसं बरं योग्य दिसेल?''

''अगं, पण इतर जहाजवाले एका अमेरिकन माणसाच्या लिहिण्याची किती आणि कशी दखल घेतील?'' मिसेस बोर्डमनची भाचीकडे शंका प्रदर्शित केली.

''का नाही घेणार?'' पोलीने विचारले. ''माझे बाबा दर्यावरचे मोठे अनुभवी कप्तान आहेत. ते म्हणतात, नॅटसारखा नौकानयन शास्त्रातला जाणता आणि उत्तम शिक्षक जगात दुसरा मिळणार नाही! नॅटने शिकवून तयार केलेली माणसं बाबांच्या हाताखाली वावरली आहेत.''

यावर मात्र मिसेस बोर्डमन काही म्हणाल्या नाहीत.

नॅटचं लेखन, अभ्यास अविरत चालूच होता. भूक नव्हती की तहान नव्हती. रात्र आणि दिवस यातला फरक त्याच्या लेखी उरला नव्हता. त्याच्या जाणिवेत थकवा हा शब्दच नव्हता. काम बस्स, काम! क्वचित दूध, खाद्यपदार्थ घेऊन येणाऱ्या पोलीशी चार गोष्टी, हाच विरंगुळा! यांतून त्याला नवे सामर्थ्य प्राप्त झाल्यासारखे वाटे.

त्याच्या दारावर टकटक झाली तेव्हा नक्की किती वाजलेत याचा त्यालाही अंदाज आला नाही. पोली काही बिस्कीटे आणि दूध घेऊन आली होती.

''मला फारशी भूक नाही.'' त्याने सांगून टाकले.

''मग खाऊ नकोस.'' तिने टेबलावर ट्रे ठेवला. ''आनंदाने आकडे मोज. शुभरात्री!'' असं म्हणून ती निघून गेली.

नॅट पुन्हा कामात गढून गेला. काही वेळानंतर त्याचा हात रिकाम्या ट्रेमधून फिरत राहिला. तो दुसरे बिस्कीट मिळते का पाहत होता. काही वेळाने तिच्या येण्याची त्याला चाहूल लागली. त्याने काम बाजूला ठेवले आणि तिला म्हणाला,"बस इथे थोडावेळ पोली."

दोन आठवडे आणि एका रात्रीनंतर अखेर पोलीने ट्रे खाली ठेवला आणि दरवाजाच्या दिशेने पुन्हा वळली. "मला आज रात्री खूप कामं आहेत. आणि उद्या रात्रीनंतर तुझ्या दुपारच्या जेवणाची सोय तुला पाहावी लागणार आहे."

नॅट काहीसा निराश झाला. तो तिच्या मागोमाग हॉलमध्ये गेला. "तू पार्टीला जाणारेस का?" हसून तो म्हणाला, "तुझा वेळ छान जाऊ दे."

पोली म्हणाली, "मी घरी जाणार आहे. मी थोड्याच दिवसांसाठी इथे आले होते. मेरी आंटीला एकटं वाटतं ना म्हणून..."

"पण पण तू अशी जाऊ शकत नाहीस पोली. मी तुझ्याशिवाय काय करू? कुणाशी बोलू? कुणासोबत हसू? तू मला कधीच सोडून जाऊ शकत नाहीस पोली..." त्याने तिला त्याच्या बाहुपाशात घेतले. "माझं तुझ्यावर खूप प्रेम आहे पोली."

"मी सुद्धा तुझ्यावर कायम प्रेम केलंय. मला आठवतंय तेव्हापासून." ती पुटपुटली.

"पोली, तू माझ्याशी..." आणि तो थांबला. ते एकमेकांकडे पाहू लागले. ते दोघेही एकच विचार करत होते हे त्यांच्या लक्षात आले.

पोलीने ते व्यक्त केले. "पण मेरी आंटीला ते कसं वाटेल? ती हे कसं स्वीकारेल?"

तेवढ्यात दरवाजा उघडला गेला आणि मेरी आंटीच आत आली आणि म्हणाली, "तुम्हा दोघांसाठी तिला आनंदच होईल." तिने त्या दोघांचेही चुंबन घेतले.

पोलीच्या आत्याला, एलिझाबेथच्या आईला याचे काय वाटेल एवढाच प्रश्न होता, तोही सुटला. तिची एकच अट होती. त्यांनी आपल्याबरोबर राहावे. याला त्या दोघांनी आनंदाने संमती दिली.

ऑक्टोबरमध्ये त्यांचे लग्न लागले.

डेन्व्हर्समध्ये त्यांनी मधुचंद्र साजरा केला. पुस्तकाच्या लेखनाला तात्पुरती रजा मिळाली होती. डेन्व्हर्समधले जुने दिवस, बालपणीचे दिवस नॅटला वारंवार आठवत. प्रतिपदेचा चंद्र दिसताच खिशात चांदीची नाणी खुळखुळवण्याचा तो मंत्र!... ती रात्र... ती जागे राहण्याची कोशिश... तो हॅब...

मधुचंद्राने मोहरलेली पोलीही विचारमग्न झाली होती. ती खिडकीपाशी थांबली होती. तिने चंद्राकडे पाहिले व काही क्षण थांबून म्हणाली, "नॅट आपला उर्वरित

मधूचंद्र तू तुझे पुस्तक झाल्यावर का करत नाहीस?''

''पोली, आता तू सालेमला परत जातेस आणि मी इथे पुस्तक पूर्ण करत बसू असलं काहीतरी सांगू नकोस हा.''

''अरे अगदी हेच म्हणायचंय बघ मला. तू कदाचित ते विसरू शकतोस पण मी नाही.''

लवकरच नॅट त्यावर पूर्वीपेक्षा अधिक तास काम करू लागला.

एका रात्री त्यांनी पार्टीला जाण्याचे नियोजन केले होते. नॅटने वर पाहिले आणि अचानक त्याला ते आठवले. तोवर मध्यरात्र झालेली होती. तो त्यांच्या बेडरूममध्ये गेला. तर पोली वाचत बसली होती. त्याला स्वत:चीच लाज वाटली. तो म्हणाला, ''अगं पार्टी होती ना. तू मला आठवण का करून दिली नाहीस?''

पोलीने त्याची दखलही घेतली नाही. ''तुला माहितीये माझं डोकं जोरात दुखतंय.''

''तुझं डोकं आजवर कधीही दुखलं नाही.''

''मला माहीत आहे. म्हणूनच हे जास्त त्रास देतंय.''

''तू वैतागलीयेस हे तुलाही माहीतेय.''

''पण तू ते सिद्ध करू शकत नाहीस.''

नॅट हसू लागला.

पोली म्हणाली, ''मी आता फारच वेगळी होऊ लागलीये. लोक जेव्हा तुला कॉल करतात तेव्हा मी सरळ सांगते तो झोपलाय.''

आणि पुन्हा एकदा नॅट सालेममध्ये येऊन त्याच्या पुस्तकाच्या कामात गढून गेला. पोली त्याची सर्व प्रकारे काळजी घेत होती.

कॅप्टन प्रिन्स, पोलीचे वडील आणि नॅट अशा तिघांनी या काळात भागीदारीत एक मच्छीमारी जहाज खरेदी केले. या जहाजावर सील मासे मारून आणण्याचे काम होई. हा धंदा बराच फायदेशीर होता आणि त्या मानाने यात धोके कमी होते. हा सौदा पटल्यावर नॅटला आपण लहानपणी टॉम पेरीकडे गुंतवलेला एक शिलिंग आठवला, 'हेन्री'च्या एका प्रवासात पादत्राणांमध्ये गुंतवलेले एकशेपस्तीस डॉलर्सही आठवले... याहून हा नवा सौदा मोठा होता. प्रगती चालू होती.

पुढच्या वसंतात नॅटचे पुस्तक लिहून पुरे झाले. ते प्रकाशकाकडे देण्याआधी त्याने ते ईस्ट इंडिया मरिन सोसायटी ऑफ सालेम या दर्यावर्दी कप्तानांच्या संस्थेकडून रीतसर मंजूर करून घेतले.

तो सहा मेचा दिवस होता. समितीने त्या पुस्तकाचा विचार करण्यासाठी भेट घेतली. १० मे उजाडला तरी त्याविषयी कुणी चकार शब्द उच्चारायला तयार नव्हते.

पोलीने विचारले, ''ते नक्की काय करतायत?''

''मला वाटतं ते वाचत असावेत.''

आणखी दोन दिवस गेले. त्यानंतर १३ मे रोजी त्यांचे निकालपत्र समोर आले. पोलीने त्यातील पान अन् पान वाचले..

''ते थेट उत्तम आहे असं का म्हणत नसावेत?''

नॅट हसला आणि म्हणाला, ''ते म्हणतायत आत्तापर्यंतचे नेव्हीगेशनवरचे हे सर्वांत अचूक आणि समजायला सर्वांत सोपे असे हे पुस्तक आहे. उद्या त्याचे हस्तलिखित ब्लंट यांच्याकडे पाठवले जाईल.''

पोली आनंदाने म्हणाली, ''किती छान. झालं अखेर.''

''आता तर खरी सुरुवात झाली. आता मी त्याचे मुद्रितशोधन सुरू करेन.''

''ब्लंट ते करणार नाहीत का?''

''माझ्याखेरीज त्याचे मुद्रितशोधन कुणीच करू शकणार नाही.''

''हे करायला तुला किती काळ लागेल? एक महिना?''

''पोली हे वर्षभरात झाले तरी खूप झाले असे मी समजेन.''

नॅट जेव्हा पुस्तक तपासण्यात व्यस्त नसायचा तेव्हा तो सालेममधील त्याच्या मित्रांसोबत काही काळ आनंदात घालवायचा. डॉ. होलिओक यांच्यासोबत प्रदीर्घ गप्पा मारायचा. किती भारी माणूस होता तो! १७९९ मध्ये त्यांनी सालेममध्ये आपल्या प्रॅक्टीसची पन्नास वर्षे पूर्ण केली होती आणि आणखी ५० वर्षे करण्याचा निर्धार जाहीरपणे व्यक्त केला होता.

एका संध्याकाळी ते पोली आणि नॅटला भेटायला आले आणि त्यांच्या गप्पा खगोलशास्त्र आणि कॅडिझवर आल्या. ''नॅट तुला ती ऑब्झर्व्हेटरी पुन्हा एकदा पाहायची आहे का?''

''होय पण मी कदाचित पाहू शकणार नाही.''

पोली म्हणाली, ''तो आता पक्का कॅपिटलिस्ट होत चालला आहे.''

डॉ. होलिओक हसले आणि तेवढ्यात दारावर टकटक झाली.

नॅटला भेटण्यासाठी झॅक सेलबाय आलेला होता. झॅक धावत आलेला असावा त्याला धाप लागली होती. तो आता सांगण्यापासून स्वत:ला रोखू शकत नव्हता. जॉन हे जहाज वादळात सापडले आणि बुडाले. त्यावरील कर्मचाऱ्यांना दुसऱ्या बोटीत बसवून त्यांची सुटका केली आणि त्यांना पुन्हा सालेमला आणले होते. ''पण तुझ्या माणसांना तुझे शर्ट्स वाचवता आले नाहीत.''

डॉ. अवाक् होऊन पाहत राहिले. पोलीने नॅटचा हात शांतपणे दाबला आणि म्हणाली, ''सगळे लोक सुरक्षित आहेत ना. हेच सर्वांत चांगलं नशीब म्हणायचं. त्यासाठी देवाचे आभार मानुयात.''

''देवाचे आभार मानुयात.. पुस्तकाचे नक्कीच नाही.'' जाता जाता झॅक बोलून गेला.

अमेरिकेत आणि इंग्लंडमध्ये नॅटच्या पुस्तकाचे स्वागत झाले. एकेक प्रत २०० गिनींना विकली गेली आणि मुख्य म्हणजे नॅटला नेहमीच हवीशी वाटत असलेली हार्वर्डची पदवी त्याला, या ग्रंथाबद्दल, हार्वर्डमध्ये शिकायला न जाता मिळाली. तो 'मास्टर ऑफ आर्ट्स' झाला होता. या वार्तेने तर त्याला आभाळ ठेंगणे झाले. हार्वर्डला जाता येत नाही म्हणून वेळोवेळी झालेली जिवाची तडफड किंचित्काळ ताजी झाली; परंतु या वेळी तिची स्मृती सुखवीत होती, कारण आता ती तडफड नेहमीसाठी शमली होती; तिचे एका परीने सार्थक झाले होते.

तेवढ्यात 'पट्नॅम' नावाचे जहाज घेऊन, जहाजाचा कप्तान, सुपरकार्गो आणि भागीदार मालक अशा तीन नात्यांनी सुमात्राला जाण्याची एक योजना नॅटपुढे आली आणि पोलीच्या अनुमतीने त्याने ती स्वीकारली. त्याच्या पुस्तकाचे बिनतोड प्रमाण म्हणून त्यानेच समुद्रावर एखादे जहाज स्वतःच्या संपूर्ण नेतृत्वाखाली दूरवर नेऊन आणणे जरूर होते. पोलीला हे पटले.

एकंदरीत नॅटचे दिवस सुधारत होते हेच खरे! एके दिवशी, बुडाला म्हणून जमेला धरलेला लेम हार्वेही जिवंत परत आला! त्याचे जहाज खडकावर फुटले तेव्हा सहाजणांना घेऊन एका नावेतून तो खोल पाण्यात गेला होता. ऐन वादळात त्यांनी कसेतरी दोन दिवस काढले. मग धुके उतरले. कुणाला आपला थांगपत्ता कळवणेच अशक्य होऊन बसले होते आणि मग एकेकजण प्राण सोडू लागला. उरला एकटा लेम. त्याला एका जहाजाने हेरून वर घेतले. जहाजाबरोबर तोही सुमात्राला गेला. त्या जहाजावरही मार्गात सर्व प्रकारच्या आपत्ती आल्या; परंतु एकदाचे ते सुमात्राला पोहोचले. तिथे काही स्थानिक रहिवाशांनी लेमला ठार मारण्याचा प्रयत्न केला; परंतु तो फसला. सुमात्राचे वातावरण मोठेच धोक्याचे असल्याचे लेमने सांगितले.

तरीही नॅट सुमात्राच्या प्रवासाला निघाला. ते सारे आधीच ठरले होते आणि स्वतःचे नसते कौतुक करण्याची त्याची इच्छा नव्हती. २१ नोव्हेंबरला तो या प्रवासाला रवाना झाला. लेम त्याच्याबरोबर यायचा होता; परंतु ऐन वादळात उंच डोलकाठ्यांवर कितीही नाजूक कामे यशस्वीपणे उरकणाऱ्या त्या पराक्रमी माणसाचा, घराचे छप्पर शाकारताना पडून पाय मोडला आणि तो नॅटच्या जहाजावर जाऊ शकला नाही. तरीसुद्धा नॅटने गोळा केलेल्या माणसांतली बरीच त्याच्या कमी-अधिक माहितीची होती.

विज्ञान आणि सुमात्रा

सफरीला सुरुवात होताच नॅटने आपल्या दुय्यमांना बोलावून सांगून टाकले की, बोटीचे खरे नेतृत्व त्यांच्याकडे होते. जरूर लागेल तेव्हा त्यांच्या मदतीला, अर्थातच कॅप्टन म्हणून यायला तो कोणत्याही क्षणी तयार होता.

आणि मग तो एकटा उरला; हा एकटेपणा त्याला जाणवू लागला. या वेळी बरोबर कॅप्टन प्रिन्स नव्हता. सारी जबाबदारी त्याच्या एकट्यावर होती. प्रवासाला निघताना कॅप्टन प्रिन्सची मुद्रा का बदलत असे, का कठोर होई ते नॅटला आता कळू लागले. ही जबाबदारी साधीसुधी नव्हती. आता त्याला वडिलांच्या आयुष्यातले त्याने पाहिलेले वैफल्य समजू लागले. कॅडिझनजीक समुद्रात लढाईचा संभव निर्माण झाला, तेव्हा जहाजावरच्या दारूगोळ्याच्या खोलीत दारूच्या पोत्यावरच बैठक मारून त्याने स्थलकालाचे भान विसरून गणिते सोडविली होती; आता पुन्हा ते शक्य नव्हते. काहीच विसरणे शक्य नव्हते आणि सारे निर्णय स्वतः घ्यायचे होते. जहाजाची, त्यावरच्या प्रत्येक जिवाची जबाबदारी त्याच्या शिरावर होती. जहाज नवे होते. प्रवासाचे उद्दिष्ट अपरिचित होते.

आणि घर सोडून अद्याप पुरते बारा तासही उलटले नव्हते. असेच बारा महिने जायचे होते. कदाचित अधिकही!

फेब्रुवारीत ते केपटाउननजीक थांबले आणि अन्नपुरवठा घेऊन पुढे निघाले. जहाजाचा वेग फार चांगला होता. सहा-सहा दिवस आधी निघालेल्या जहाजांना त्याने लिलया मागे टाकले होते. वाटेत एका चक्रीवादळाला तोंड देऊन हे जहाज मेच्या सुमारास सुमात्राला पोहोचले. 'सासु'च्या किनाऱ्याशी नांगरून राहिले. तिथे सालेमची इतरही काही जहाजे होती; परंतु तिथे जहाजावर मिरी भरायचे ते फारसे

शिल्लक नसल्याचे कळले म्हणून नॅटने जहाज तसेच घाईने 'पुलुकोया'ला नेऊन नांगरले. तिथेही जहाजावर भरण्याइतके मिरी उपलब्ध नव्हते आणि कित्येक दिवस उपलब्धही होणार नव्हते. म्हणून मग तो जहाज घेऊन 'टलीपास'ला पोहोचला. तिथेही मिरीचे दुर्भिक्ष्य होतेच. आधी येऊन पोहोचलेल्या जहाजांवर एकदा मिरी भरून झाले की, कदाचित आपल्याला मिळेल असे नॅटला वाटले. त्याने वाट पाहायचे ठरवले. अंगाची काहिली करणाऱ्या त्या उन्हाळ्यात तो बंदरात ताटकळत राहिला. दर दिवशी तो गावात जाई. तेथील रहिवाशांकडे, त्यांच्या राजाकडे चौकशी करी आणि नकार मिळे. पुढे त्या लोकांनी चढ्या भावात मिरी पुरवण्याची तयारी दर्शविली. नॅटने आणखी दिवसगत करण्याचे ठरविले. यंदा मिरीचे पीकच कमी आहे असे तो राजा म्हणे आणि भावाची घासाघीस चालू ठेवी. दहाएक हजार डॉलर्स आगाऊ मागे. नॅटने दाद दिली नाही; तो वाट पाहत थांबला. अखेर एकदाचा राजा कबूल झाला. जहाजावरची वजने उतरवण्यात आली, मिरीच्या पोत्यांसाठी ते रिते करण्यात आले. पैशाची पेटी किनाऱ्यावर नेण्यात आली. मिरीची पोती घेऊन राजाचे प्रजाजन जमले आणि राजाने पुन्हा भाव चढवला. नॅटने रोखठोक नकार दिला. जहाजावर जाण्यासाठी बरोबरच्या माणसाला नाव बोलवायला सांगितली. तो गेला. मग त्या सशस्त्र, उघड्यानागड्या उग्र माणसांच्या गर्दीत नॅट एकटा उरला. गर्दी वाढतच चालली. बाचाबाची सुरू झाली. नॅट मनात म्हणत होता, यांची बोली यायला हवी होती. मग हा व्यवहार लवकर सीधा करता आला असता; परंतु नॅटचा ताठरपणा पाहून अखेर ते लोक नमले. ठरल्या भावात मिरी जहाजावर लादण्यात आले.

परंतु ते पुरेसे नव्हते. त्यात आणखी जहाजे मिरी नेण्यासाठी येऊन पोहोचली होती. स्थानिक रहिवाशांचा राजा पुन्हा भाव बोलू लागला. आयत्या वेळी त्याने मिरीची कबूल केलेली पोती पुरवण्याचेच नाकारले. त्याला आणखी कोठेतरी चढा भाव मिळाला असावा.

आता अधिक काळ इथे न घालवण्याचे नॅटने ठरवले आणि शीड उभारून त्यांचे जहाज हिंदी महासागरातील बुर्बोनकडे निघाले. नॅट मागे एकदा बुर्बोनला गेला होता. तो त्याचा पहिला प्रवास. बुर्बोनला कॉफी भरून घेऊन पुढे व्हायचे त्याने ठरवले.

त्यांचे जहाज बुर्बोनला पोहोचले, तेव्हा सालेमची एकूण तीन जहाजे तिथे आधीच नांगरलेली होती. त्यातले एक होते पोलीच्या वडिलांच्या कप्तानकीखालचे. माल भरून ते अमेरिकेला निघालेच होते. पोलीचे वडील तत्काळ नॅटच्या जहाजावर आले. घरी पोहोचल्यावर पोलीला काय सांगायचे असे त्यांनी विचारले.

नॅट म्हणाला, "आठवडाभरात इथे कॉफी भरून घेऊन आम्ही थेट सालेमकडेच

निघू म्हणतो. मी बरा आहे आणि काळजी करू नकोस म्हणून तिला सांगा.''

हा निरोप घेऊन पोलीचे वडील त्यांच्या जहाजावर निघून गेले. जहाजही निघून गेले.

आपली माणसे एकत्र करून नॅटने त्यांना आपला मनोदय सांगितला. त्या थकल्याभागल्या जिवांना, आपण लवकर घरी पोहोचणार हा दिलासा फार मोठा वाटला.

पाच दिवसांत कॉफी भरून ते जहाज बुर्बोनहून सुटले.

नॅटचा हिशेब चालला होता, मागे 'हेन्री'ला बुर्बोनहून सालेम गाठायला अकरा आठवडे लागले होते. सध्याचे जहाज त्याहून वेगवान होते. म्हणजे सारे सुरळीत घडत गेले तर ते नोव्हेंबरच्या आरंभी– कदाचित ऑक्टोबरच्या अखेरीस सालेमला पोहोचणार होते...

गणिताच्या जोरावर

एकतीस डिसेंबर.

घड्याळात नवाचे ठोके पडले. शेकोटीजवळून पोली उठली, खिडकीकडे गेली. डोळ्यांवर हात धरून दूरवर पाहू लागली; परंतु धुक्याच्या दाट थरापलीकडे सारे लपले होते. काहीही दिसत नव्हते.

पलीकडे बसलेला लेम हार्वे मान हलवून म्हणाला, "छे, छे! बाई, आशाच नको. आज धनी येत नाहीत. आज रात्री बंदराकडे कोणतं जहाज येणं शक्यच नाही. अहो, धुकं किती आहे!"

पोलीने उसासा टाकला. खिडकीकडून ती वळली. म्हणाली, "ते आहे हो माहीत मला; पण वाटलं होतं की, क्रिसमसच्या दिवसापर्यंत तरी येतील ते."

"त्यांनी न यावं म्हणूनच आता देवाची करुणा भाका. त्यांचं येणं सुरक्षित नाही. जहाज खडकावर फुटण्याचा फार संभव आहे, खरं म्हणजे संभव तेवढाच आहे. मी माझ्या हयातीत असं धुकं पाहिलं नाही."

"लेम!" पोली कळवळली.

"मी तरी खोटं कसं बोलू, बाई." लेम म्हणाला, "धनी यावेत असं मला थोडंच वाटत नाही?"

किंचित्काल तिथे नुसती स्तब्धताच पसरली. पोली बेचैन होती. नॅट नोव्हेंबरच्या आरंभाला यायचा होता हे तिला तिच्या वडिलांनी सांगितले होते. त्यानंतर पुरे दोन महिने उलटले. उद्या क्रिसमस– आज तरी तो यायलाच हवा होता– त्याने यावे अशी तिची उत्कट इच्छा होती– आणि हे असे धुके पडले होते. लेम म्हणत होता, 'बंदराकडे यायचा प्रयत्न करील त्याचे जहाज खडकांवर फुटण्याचाच

काय तो संभव होता.' काय करावे ते तिला कळत नव्हते. वेळ अशुभ वाटत होती, भास होत होते.

काय घडले असेल?

बुर्बोनहून निघाले त्याच रात्री नॅटच्या जहाजाची वादळाशी गाठ पडली. कित्येक दिवस त्या जहाजावर चहूबाजूंनी पावसाचा, लाटांचा आणि वाऱ्याचा मारा चालू होता. चिंब भिजलेल्या स्थितीत माणसे गारढोण अन्नाचे शिळे घास खाऊन निसर्गाच्या त्या प्रकोपाशी रात्रंदिवस सामना देत होती. आधीच ती लांबलेल्या प्रवासाच्या तापाने थकलेली; त्यात हे वादळ! उलटसुलट वाऱ्यांमुळे जहाजाला वेग घेणे कठीण झाले होते. जेमतेम ते सरकत होते. एरवी दिवसाला दीडशे मैलांचा हिशेब, आता तो पंधरा मैलही होत नव्हता. वादळ शमताच प्रवासातली ही खीळ भरून काढून मजल मारू असे खलाश्यांना वाटत होते; परंतु वादळ शमलेच नाही. ऑक्टोबर गेला, नोव्हेंबर आला. दैवाचे पाठबळ लाभले तर निदान क्रिसमस घरी करू अशी जिद्द नॅटला होती; परंतु डिसेंबर आला तरी ते उत्तर अटलांटिकच्या 'रोअरिंग फॉर्टीज'च्या तडाख्यात भरकटत होते.

अखेर एकदाचे वादळ संपले.

ते ब्लॉक आयलँडच्या आसपास आले होते, म्हणजे खलाश्यांच्या भाषेत, घराच्या अंगणात पोहोचले होते.

परंतु पुन्हा वादळ वाढले. जणू नव्या हल्ल्याच्या अधिक समर्थ तयारीसाठीच ते तात्पुरते शमले होते. पुन्हा वाऱ्या-पावसाच्या धुवांधारात जहाजाच्या तकलाबी पाळण्यात कित्येक दिवस अन् रात्री गेल्या. १५ डिसेंबर उलटला. ते नॅनटकेटच्या आसपास पोहोचले होते. एरवी इथे आले की, सर्वांनी घरी जाण्याचे ठेवणीतले कपडे करायचे; परंतु वादळ आणखी वाढले. एरवीच्या साऱ्या वादळांना मागे टाकायचेच जणू त्याने ठरवले होते. सात दिवस आणि सात रात्री ते जहाज असहायपणे मार खात, डुचमळत, त्या अथांग पाण्यात खेळण्यासारखे फिरत होते. अखेर पुन्हा एकदा वादळ शांत झाले. नॅटने जहाज कुठे आले होते त्याचा अंदाज घेतला. फारशी प्रगती नव्हतीच.

आणि वादळाने तिसरा तडाखा हाणला. तीन दिवस पाऊस धोऽधो कोसळला. गारा बरसल्या. डिसेंबर संपला होता. क्रिसमस आला होता. कुठे होते सालेम? जवळ; तरीही फार फार लांब!

तीन दिवसांनंतर हेही वादळ शमले; परंतु सुटका झालीच नाही. वादळ शमले आणि धुके उतरले. कसले धुके? कापसासारखे दाट धुके. थंडगार धुके. उघड्या डोळ्यांनी माणसाला आंधळा करणारे धुके. डेकवरून डोलकाठी दिसत नव्हती. इतकेच काय, हात लांबवला तर पंजा दिसत नव्हता.

जहाज पुढे सरकावे कसे? कुठे खडक आहे, कुठे पाणी आहे हे कळावे कसे?

नॅट हातघाईला आला होता. आणखी किती काळ असे ताटकळायचे? त्याने त्याच्या नौकानयनाच्या गणिती तंत्रावर सर्व भार टाकायचे ठरवले. भरवशाच्या जेन्सेनला सुकाणूवर बसवले. स्वतः कंपास आणि घड्याळ घेऊन जवळ उभे राहून त्याला सूचना देणे आरंभले. समोरचे न दिसले तर न दिसले. नको चंद्र, नकोत तारे, नको सूर्यप्रकाश. घड्याळ तर होते. कंपास तर होता. डोके तर ठिकाणावर होते. आता गणितशास्त्राची पारखच व्हायची होती. निश्चित आणि ठाम उत्तरे देणारे शास्त्र कसालाच लागायचे होते. शिवाय जहाज घेऊन घराकडे जाण्याचा हा काही पहिलाच प्रसंग नव्हता. तसे जागोजागचे खडक माहितीचेही होते. त्यांच्यातले सुमारे अंतर सांगता येत होते.

एकीकडे धुके अधिकाधिक दाटत होते.

जहाज मंदगतीने बेकर्स आयलँडला समांतर आले. रात्रीच्या काळोखात क्षणभरच तिथला प्रकाश धुक्यात लुकलुकून गेला. नॅटने तो हेरला.

घर आणखी जवळ आले होते.

मधूनच जहाज उथळ पाण्यात सरकू लागे आणि पुन्हा नॅट नवी सूचना देऊन त्याची दिशा फिरवी.

मिनिट न् मिनिट युगासारखे चालले होते.

जहाजाच्या घंटेचे टोल वाजत, तेवढाच आवाज.

जहाज धुक्यात धीम्या परंतु निश्चित हालचाली करीत पुढे सरकत होते...

नॅट हातातल्या घड्याळावर एकाग्रतेने नजर रोखून उभा होता, सूचना उच्चारत होता...

"लेम, मी आवाज ऐकला! मी ओळखीचा आवाज ऐकला!" पोली चीत्कारली. धावत सुटली. दिवाणखान्यात गेली. तिने दार उघडले.

पाठोपाठ लेम धावला. धावताना तो म्हणत होता, "नाही बाई, कुणी असणं शक्य नाही–"

आणि उघड्या दारावाटे खूप धुके आत घुसले आणि त्यातून अस्पष्ट शब्द आला, "पोली, तूच का?"

"नॅट!" पोली किंचाळली. "नॅट, लाडक्या!"

पायऱ्यावरून धावत येऊन नॅट तिच्या बाहुपाशांत शिरला. पोलीला त्याने कुशीत अगदी घट्ट कवटाळले. म्हणाला, "दार उघडलं नसतंस तर या धुक्यात पुढेच गेलो असतो घर शोधत!"

लेमने कसेबसे विचारले, "धनी, तुम्ही- तुम्ही कसे? काय झालं? जहाज कुठं आहे?"

नॅट अंगावरचे जॅकेट उतरून उडवीत म्हणाला, "बंदरात. आपल्या सालेम बंदराच्या अगदी धक्क्याशी! सुखरूप!"

लेम चाचरला, "अहो पण- धनी- या धुक्यात-"

"घरही चुकत होता म्हणता." पोलीने पुस्ती जोडली.

नॅट म्हणाला, "घर चुकणं वेगळं! जहाजावर माझ्याकडे माझी उपकरणं होती."

"पण तीन दिवस सूर्यप्रकाश नाही दिसला कुणाला-"

"नसेल. आम्हाला तर हातावरचंही काही दिसत नव्हतं."

"आणि मग तरीही कसे आलात? जवळपासच्या पाण्यावरच्या, पाण्याखालच्या खडकांच्या जंजाळातून सुखरूप बंदर कसं गाठलंत?" लेमने विचारले. अद्यापही त्याला आश्चर्य आवरत नव्हते.

नॅट उद्गारला, "साधा गणिताचा भाग आहे तो. इतक्या वेगाने, इतक्या तासांत आपण एका विशिष्ट दिशेने इतके अंतर जातो, हा हिशेब असतोच की."

पोलीचे डोळे भरून आले होते. नुसत्या कल्पनेने तिला गदगदून आले होते आणि नॅटविषयीच्या अभिमानानेही!

लेम म्हणाला, "म्हणजे तीन दिवस 'रोअरिंग फॉर्टीज'मधून आणि तीन दिवस धुक्याच्या कडाक्यातून मार्ग काढीत तुम्ही सालेमला पोहोचलात! गणिताच्या जोरावर! धन्य आहे तुमची!"

पोलीकडे मिस्कीलपणे पाहत नॅट म्हणाला, "नव्हे नव्हे, धन्य गणिताची! दोन आणि दोन बरोबर चारच म्हणून ठामपणे सांगणाऱ्या गणिताची! फक्त त्यावर भरवसा ठेवला आणि माझं काम चोख केलं."

◆